| व्यंकटेश माडगूळकर |

I0556351

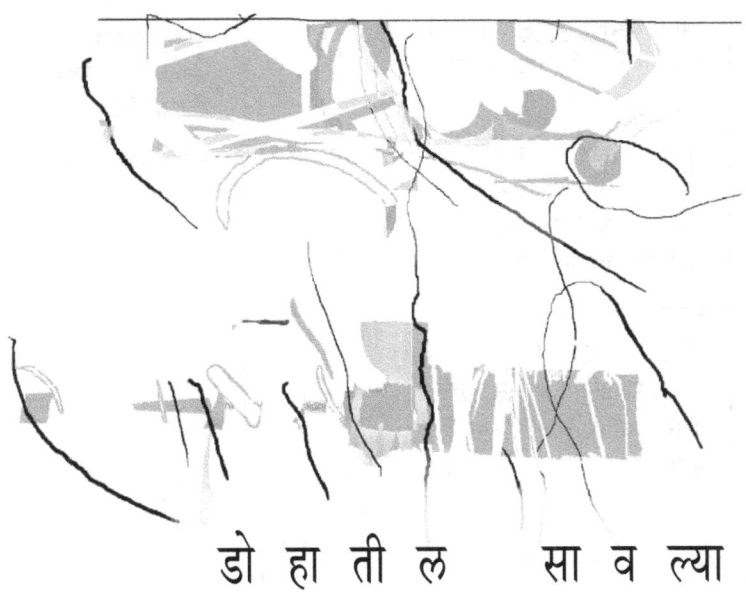

डो हा ती ल सा व ल्या

मेहता
पब्लिशिंग
हाऊस

DOHATIL SAVLYA

by VYANKATESH MADGULKAR

डोहातील सावल्या । कथासंग्रह

व्यंकटेश माडगूळकर

© ज्ञानदा नाईक

मराठी पुस्तक प्रकाशनाचे हक्क
मेहता पब्लिशिंग हाऊस, पुणे.

प्रकाशक
सुनील अनिल मेहता,
मेहता पब्लिशिंग हाऊस,
१९४१, सदाशिव पेठ,
माडीवाले कॉलनी, पुणे - ३०.

प्रकाशनकाल
पहिली आवृत्ती : फेब्रुवारी, २०००
मेहता पब्लिशिंग हाऊस यांची
दुसरी आवृत्ती : मे, २०१२ /
पुनर्मुद्रण : ऑगस्ट, २०१३

अक्षरजुळणी
इफेक्ट्स, २१/६ब,
आयडिअल कॉलनी,
कोथरूड, पुणे - ३८.

मुखपृष्ठ व मांडणी
चंद्रमोहन कुलकर्णी

मुखपृष्ठावरील
लेखकाचे छायाचित्र
शेखर गोडबोले

ISBN 978-81-8498-371-5

अनुक्रम

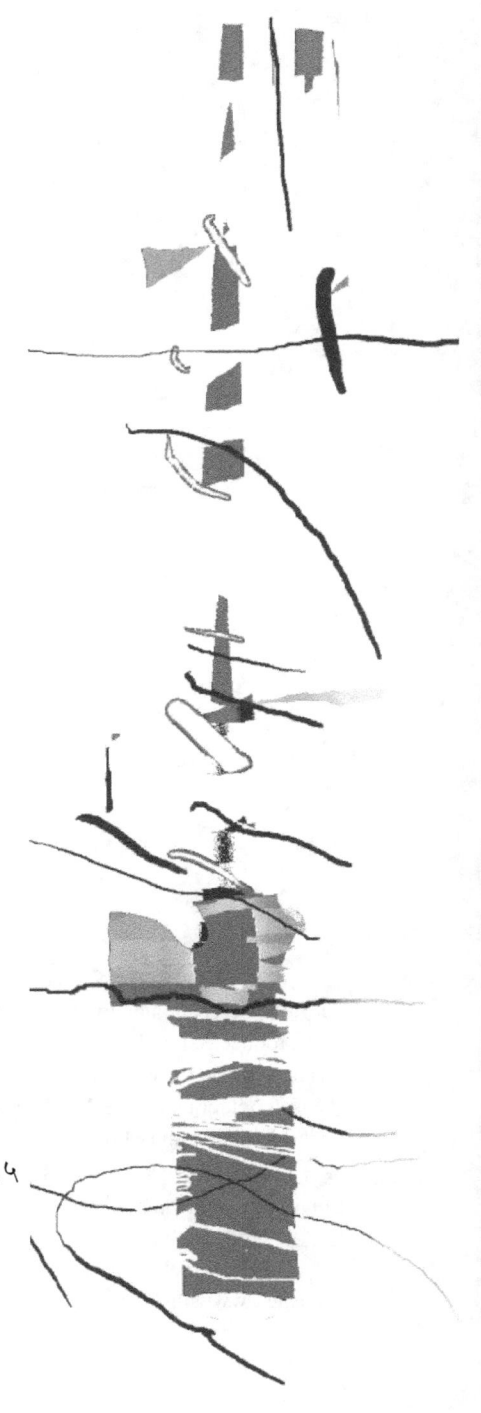

मोर बघायला कोरेगावला

उमरगा गाव मागे पडले. डांबरी रस्ता सोडून जीप माळरान वेधू लागली. कोरेगावच्या खुणा काही लवकर दिसेनात. नाही म्हटले तरी कालच्या लांबलचक प्रवासाचा शीण होता. शुक्रवारी दुपारी चार वाजता पुणे सोडले होते. सोलापूर येईस्तोवर तिन्हीसांजा झाल्या. थोडे रेंगाळून पुढं निघालो. उमरगा येता येईना. रात्रीचा एक-दीड झाला. एवढ्या अपरात्री थांबावे कुठं? सरकारी विश्रामधामावर गेलो. तिथला कर्मचारी उठता उठेना. फार आरडाओरडा केला, तेव्हा तो झोपेतच उठला. कुठल्या तरी एका बंद दारावर त्याने ठोठावले, हाका मारल्या, लाथा घातल्या; तेव्हा आत झोपलेला कोणी माणूस झोपेतच उठून बाहेर आला. आमच्यासाठी एक सूट मोकळा झाला. आतल्या कॉटवर गादी होती, पण तिच्यावर चादर नव्हती. प्यायला पाणी आणि चादर यांची मागणी केली, तेव्हा त्या भल्या माणसाने एक ग्लास पाणी दिले. चादर आणेल म्हणून वाट पाहिली, पण तो आला नाही. बघितले तर, मधल्या हॉलमध्ये कोचावरच्या कुशन्स जमिनीवर टाकून आणि वरचा पंखा सोडून तो गाढ झोपलेला होता. मग पाणी, चादर या सर्वांचा नाद सोडून आम्हीही झोपी गेलो. सकाळी लवकर उठून कोरेगावचा रस्ता धरला.

बरंच मोठे माळरान पार केल्यावर झाडी, शेते दिसली. कौलारू घरे दिसली. हेच ते मोरांचे कोरेगाव. अरुंद गाडीरस्त्यावरच्या चाकोऱ्या चुकवीत जीप गावात शिरली. दगडी भिंती, लाकडी चौकटी, कुतूहलाने पाहणारी मुले, खेडूत, कुत्री, शेरडं. धान्याचे पीक नुकतेच निघून त्याचे ढीग गावातल्या घरांतून लागले असावेत. सुरेख कोथिंबिरी वास आला. उमरग्याहून निघताना तिथल्या कॉलेजमधले एक व्यासंगी प्राध्यापक – डॉ. के. के. देशमुख यांना बरोबर घेतले. कोरेगावचा एक कॉलेजविद्यार्थीही होता. गावातले एक धनंतर शेतकरी ग्यानबा राजोळे यांच्या वाड्यापाशी येऊन जीप थांबली. दरवाज्यातच ट्रॅक्टर ट्रेलर उभा होता. हायब्रीड ज्वारीच्या कणसांची थप्पीही दिसत होती. हसतमुख ग्यानबा दारातच उभे दिसले. त्यांना आधी वर्दी होतीच.

सगळे जाऊन देवडीला बसलो, भराभर गावकरी जमले. विश्वनाथ पांगे, धोंडिराम पाटील, गोविंदराव पाटील ही ठळक मंडळी. आणखीही बरेच कोणी-कोणी. मोर बघायला आलेल्या पाहुण्यांच्या सत्काराला सगळेच उत्सुक दिसले. चहा-पाणी, पान-तंबाखू झाले आणि पांगे म्हणाले, "चला, आतासुद्धा रानात

आपल्याला चार-दोन मोर दिसतील.''

''चला तर चला!'' गळ्यात दुर्बीण अडकवून बाहेर पडलो.

गाव लहानसंच, पण टुमदार होते. अरुंद पांदीच्या वाटेने थोडे चालल्यावर गावाला लागून असलेल्या ओढ्यात उतरलो.

आपल्याला मोर जवळ येऊ देणार नाहीत, जीपमध्ये बसूनच त्यांच्याकडे गेलो तर कदाचित जवळ जाता येईल, असा माझा अंदाज होता. माणसापेक्षा वाहनाला पाखरे कमी बुजतात, हा अनुभव होता. पण कोरेगावचे मोर अशा जागी होते की, जीपलासुद्धा जायला वाट नव्हती. पायी जाणेच भाग होते.

ओढा कोरडाच होता. पात्रात शिंदीची खुरटी झुडपे होती. दोन्ही काठांना झाडी होती, त्या पलीकडे शेते होती. कुठं चिंचेची डेरेदार झाडे, कुठं उंच भव्य पिंपळ, कुठं भोकर, कुठं उंबर, कुठं बांधावर चंदन.

दोन्ही काठांवरच्या शेतमळ्यांतून उसाचे फड होते. लोंब्याला आलेली वरई होती. शेंगा भरलेला मूग होता. हायब्रीड ज्वारी होती.

पिकाचा सुगंध सकाळच्या थंड हवेत भरून राहिला होता.

गावाकडची आठवण येऊन माझ्या चित्तवृत्ती उल्हसित झाल्या. माडगूळच्या आसपासच्या माळरानातून, काळ्या शेतजमिनीवरून मी श्रावण महिन्यात मनमुराद भटकलो आहे. अनेक वर्षे, न चुकता मी श्रावणात माडगूळला जाई आणि एकाकी चंडोल भरारावा तसा भटके. माझ्या जीवनातील अत्यंत सुखद असा तो काळ होता. निसर्गाशी जास्तीत जास्त जवळीक मी याच काळात केली. हिरवळ, वाटा, पाऊस, एकांत आणि अत्यंत तरल अशी चित्तवृत्ती. नितळ आभाळासारखं मन असे. तेव्हा कसली ओझीच नव्हती.

असो.

वरईचे शेत वाऱ्याच्या झुळकीने हलत होते. नाजूक पाती हलत होती. केशरी लोंब्या हिंदकळत होत्या. ओढ्याचा काठ धरून बांधाबांधाने हलकेच मी चाललो होतो.

पलीकडे, शेताच्या मधे लहानसं बाभळीचे झुडूप होते. त्याच्या आडोशाने आमचा सावट घेत उभा असलेला कोरेगावचा पहिला रानमोर मला दिसला.

आपला लांब पिसारा तोलून, गर्द निळी मान उंचावून ऐटबाजपणे तो उभा होता. तो डोईवरचा तुरा, ते मखमली-झगमगते रंग, तो चित्रमयी आकार, वळसे, वेलांट्या, अर्धचंद्र, गडद ठिपके.

यापेक्षा अधिक ऐटबाज, अधिक रंगीत, अधिक चपळ आणि सावध असा दुसरा पक्षी निदान या जगात तरी नाही.

मोर म्हणजे निसर्गाचा एक चमत्कार आहे.

जगात फक्त दोन जातींचे मोर आहेत. एक भारतीय मोर (Pavo Cristatus) आणि हिरवा जावा मोर (Pavo Muticus). हिरवे मोर ब्रह्मदेश, थायलंड, मलाया, जावा इकडे आहेत. मात्र सुमात्रा, बोर्निओत नाहीत. भारतीय मोरापेक्षा हिरवा मोर जास्ती मोठा आणि जास्ती सुंदर असतो. त्याच्या डोक्यावरचा तुरा गर्द हिरव्या रंगाच्या पिसांचा असतो. पिसाराही प्रामुख्याने चमकदार हिरव्या रंगाचाच असतो. 'जोराचा पाऊस होऊन गेल्यावर मोरांचे सुंदर पंख गळू लागतात. कोरेगावच्या मोरांचे पंख दसऱ्यानंतर गळायला सुरुवात होते', असे गावकरी म्हणाले. दसरा ते चंपाषष्ठीपर्यंत पंख गळतात. जानेवारी-फेब्रुवारी महिन्यात पिसारा अगदी कमी दिसू लागतो.

वयाच्या दुसऱ्या वर्षापासून नर मोरांना पिसारा दिसू लागतो आणि सहा वर्षांपर्यंत तो वाढत राहतो.

पिसारा हे त्याचे सर्वांगात सुंदर अंग. लावण्यवतीने रूप जपावे तसा मोर पिसारा जपतो. शंभर ते दीडशे पिसं यात असतात.

'जानेवारी ते ऑक्टोबर या काळात लांडोऱ्या फळतात. अंडी घालतात, पोरं जन्मतात', असे ग्रंथ सांगतात. या काळात मोरांच्या केका सारख्या उठत असतात. 'आभाळात गडद निळे जलद भरूनि आले की, मोरांची कामवासना उद्दीपित होते', असे डॉ. देशमुखांनी सांगितले. अशा वेळी मोर आपला मनोहर पिसारा एखाद्या पंखाप्रमाणे उघडतो. या उघड्या पंखाला आधार मिळतो तो मोराच्या शेपटीच्या ताठ पंखाचा. म्हणजे पिसारा हे काही मोराचे शेपूट नव्हे, ते वेगळे देणेच आहे. हा पिसारा उघडला म्हणजे झगमगाट होतो. हिरवा, जांभळा, निळा, किरमिजी अशा रंगांची उधळण होते. मोर पिसाऱ्याचा उघडलेला पंखा वरचेवर पुढं झुकवतो. पुन:पुन्हा रंग झगमगतात. रेशमी वस्त्रांची सळसळ ऐकू येते, तसा पंखाचा आवाज येत राहतो. भोवती लांडोऱ्या जमा होतात. त्यातली एखादी वाफेवर असते, ती जवळ येते. लागलीच मोर तिला झडपतो.

रानातला मोर फार सावध असतो. मला दिसलेला मोर काही क्षण एका जागी होता. लगोलग वरईच्या धाटांचा आडोसा घेत-घेत तो बांध ओलांडून हायब्रीड ज्वारीच्या रानात उतरला आणि दिसेनासा झाला.

विश्वनाथ पांगे हे मोठे चौकस गृहस्थ होते. आम्ही हिंडत होतो हे रान त्यांचेच होते. आपला नित्याचा कृषि-व्यवसाय करता-करता त्यांनी ध्यान देऊन मोर पाहिले होते. त्यांनी मला मोरांची झाडे दाखवली.

एका ओढ्यापलीकडे उंच पिंपळ होता. पन्नास-साठ फूट उंचीचा. त्यावर रात्री मोरांची वस्ती असे. ओढ्याकाठीच उंबराची आणखी दोन लहान, वाकड्या बुंध्याची

झाडे होती. एक भोकरीचे झाड होते. बुटके, गर्द छाया देणारे. याची एक फांदी मोराच्या बसउठीने गुळगुळीत झाली होती. या झाडाखाली मोराची विष्ठाही आढळली. पण कोणत्याही पाखरापेक्षा ती घट्ट आणि बांधीव होती. सगळ्याच जागा मुद्दाम निवडलेल्या दिसल्या. त्या उंचावर होत्या, सुरक्षित होत्या. तिथून आजूबाजूचे बरेच रान दिसत होते.

पांगे म्हणाले, ''मोराची जात फार सावध आणि बुजरी आणि यांना खायलाही फार लागते. वरी, मूग हे आवडीचे धान्य. मिरची शहाणी झाली, पिकली की, हे मिरचीच्या फडात शिरतात. पिकल्या लाल मिरच्या खातात. उन्हाळ्यात पिकलेले टमाटे खातात. एरवी ही फळं आहेतच – भोकर आहेत, उंबरं आहेत, चंदनाचे फळ आहे.''

बोलता-बोलता समोर लक्ष गेले. मोकळ्या रानातून मोर चालला होता. त्या पाठोपाठ उसाच्या कडेला एक लांडोर दिसली. ओढ्याच्या पात्रात शिंदीच्या जाळकटीला आणखी एक दिसला. थोडा वेळ होता, तरी सहा-सात मोर बघायला मिळाले.

पांगे म्हणाले, ''पिकाला त्रास आहे यांचा. गहू, हरभरा, मूग अशा पिकांची नुकसानी होते; पण आम्ही सोसतो. हायब्रीडला मात्र काहीच त्रास नाही.''

का बरं? कदाचित उंच ताटावरचे कणीस त्यांना ओरबाडता येत नसेल.

हिंडता-फिरता माझ्या ध्यानात आले की, कोरेगावच्या रानात शिंदीची खुरटी झुडपे पुष्कळ आहेत. टणटणी आहे. उसाचे फड आहेत. ही दडण मोरांना सोईची आहे. चांगला पाऊसकाळ आहे. बागाईत आहे. त्यामुळे किडा-मुंगी, सरडे, साप यांना तोटा नाही. बसायला पिंपळाची, चिंचेची उंच-उंच झाडे आहेत. खायला अन्न आहे. फळं आहेत. माणसांची भीती नाही, कारण मोरांचा सर्वांत मोठा शत्रू म्हणजे माणूस. त्या खालोखाल वाघ, बिबटे, रानमांजरं. कोरेगावच्या रानात वाघ नव्हतेच. लमाण्या-पारध्यांसारखे भटके लोक कधी-कधी मोरामागे लागतात. पण गावकऱ्यांना सावट लागला की, ते पारध्यांचा बंदोबस्त करतात. काही मोरांचे अपमृत्यू होतात. नुकताच एक मोर कुत्र्याने ताणून मारला म्हणे. आणखी एक आपसूक मरून पडलेला आढळला.

ओढ्याच्या दोन्हीही काठांना मोरांच्या नाचायच्या जागा होत्या. कोणी गुराखी मुलं, कोणी रानातल्या बायका आवर्जून सांगत होत्या, ''रोज ह्या हितं सकाळचा नाचतो बघा. असा वढ्यातून येतो आन् हितं नाचतो.''

राजोळे-पांगे ही मंडळी सारखी हळहळत होती. मोर नाचताना मी बघावा, अशी त्यांची इच्छा होती. पांग्यांनी मोर कसा नाचतो, सावकाश आपल्याभोवतीच कसा फिरतो, नाचताना त्याला भान कसे नसते याचे बहारदार वर्णन आपल्या भाषेत केले.

पण, आता हा सप्टेंबर महिना होता. एव्हाना माद्यांनी अंडीसुद्धा घातली

असतील. मोर कशासाठी आता नाचणार? बघायला आलेल्या प्रेक्षकांनाही आपल्या पिसाऱ्याची शोभा दाखवायला हे काही प्राणिसंग्रहालयातील मोर नव्हते. मोराने मला असे दोन वेळा चकित केले होते. एकदा म्हैसूरच्या प्राणिसंग्रहालयात मोराने पिसारा उघडला आणि मला दाखवला. अगदी परवा-परवा, सप्टेंबरमध्ये त्रिवेंद्रमच्या प्राणिसंग्रहालयातही हाच अनुभव आला. लोकांची झुंबड पिंजऱ्याभोवती पडताच मोराने पिसारा उघडला आणि जवळजवळ दीड मिनिट तो फिरून सर्वांना दाखवला. नाचताना मागे झाडाचा बुंधा, ओढ्याची दरड, वारूळ अशी काही तरी पार्श्वभूमी म्हणून मोर घेतो, असे दिसते. घराच्या छपरावर आणि झाडांच्या फांदीवरही मोराने पिसारा उघडल्याचे बघितल्याची नोंद काही निरीक्षकांनी केली आहे.

कुठं तरी मोर नाचताना दिसावा म्हणून आम्ही इथं-तिथं हिंडलो. चांगली उन्हं झाली. पांग्यांच्या वस्तीवर आंब्याच्या सावलीला जाऊन बसलो. ही जागा उमाठ्याची होती. सगळीकडचे दिसत होते. आम्ही गप्पा मारतो आहोत, तोवर पांग्यांनी ज्वारीच्या पिकात हिंडून ओटभर शेंदण्या गोळा करून आणल्या आणि आमच्यासमोर ओतल्या. म्हणाले, “कोवळ्या-कोवळ्या बघून घ्या. तोवर मी ऊस बघतो.” किती तरी वर्षांनी मी शेंदण्या बघत होतो. अलीकडे हे पीक आमच्या भागात बुडालेच होते. कोणी करीत नव्हते. शेंदण्यांनी, शेंदाडांनी माझ्या बालपणीच्या आठवणी पुन्हा चाळवल्या. बरेच ऊन झाले, तेव्हा गावच्या दिशेने परत फिरलो.

येता-येता गावकऱ्यांशी चौकशी केली –

“मोराची अंडी कुठं आहेत का?”

“काही ऐकिवात नाही, पण तपास करू.”

“मला कोटं, अंडी बघायची आहेत. अलीकडे कुणाला दिसली होती का?”

सुगरण पक्ष्यापाशी, घारी-गिधाडांपाशी आहे तो शहाणपणा मोरांपाशी नाही. आपले घरटे सुरक्षित जागी करावे आणि त्यात अंडी घालावीत, हे त्यांना माहीत नाही. एवढी झेप आणि चपळपणा त्यांच्यापाशी नाही. लांडोरी अंडी घालते ती कुठं तरी जमिनीवरच आणि पोरं अंड्याबाहेर पडताच तुरुतुरु चालू लागतात, कण-दाणा टिपू लागतात. त्यांना आई-बापांनी बाहेरून घास आणून भरवावा लागत नाही. कुणा गावकऱ्याने माहिती दिली – मळ्यात, गुरांच्या गोठ्यात, पोटमाळ्यावर उसाचा पाचोटा अंथरलेला होता, त्यावर लांडोरीने अंडी घातली होती. एकदा पाचोट्याच्या उंच बडमीच्या सपाट माथ्यावरही घातली होती.

“पिलं निघाल्याचं कुणी पाहिलं आहे का?”

कुणी पाहिले नव्हते. कुणी सांगावे, गुराखी पोरांनी डोळा ठेवून ही अंडी लांबवली असतील. रानातच गाई-म्हशींच्या ताज्या शेणात ती खुपसली असतील, वर चगळचोथा टाकून जाळ केला असेल, अंडी उकडली असतील आणि रानातच

फराळ केला असेल.

कोरेगावच्या मोरांची बरीच अंडी अशी वायफळ जात असतील. माणसांकडून, मुंगसांकडून, कावळ्यांकडून खाल्ली जात असतील. मला एकदा औरंगाबादला कळले की, देवगिरी किल्ल्याच्या परिसरात खूप मोर आहेत. त्यांची अंडी लोक गोळा करतात. किल्ल्याशेजारच्या हॉटेलातून ती विकायलासुद्धा ठेवली जातात.

अशानं कोरेगावच्या मोरांची संख्या वाढणार कशी? आज किती मोर आहेत याची चौकशी केली, तेव्हा बऱ्याच जणांकडून अदमास कळला. एकूण चाळीस ते पन्नास पाखरे असावीत.

संध्याकाळी पुन्हा रानात आलो.

वरई-मुगाच्या शेतातून लाजऱ्या मोरांचे दर्शन पुनःपुन्हा होत होते. नाचणारा मोर मात्र आढळला नाही. गावचे पोलीस-पाटील धोंडिरामअप्पा यांच्या मागोमाग मी रानातून हिंडत होतो. मोर आम्हाला पुनःपुन्हा झुकांडी देत होता. संध्याकाळ झाली. पश्चिम दिशा तांबडी लाल होऊ लागली आणि मोर पाहता-पाहता माझ्या अगदी समोरच्या बांधावर ससा येऊन बसला. किती तरी वेळ कान हलवत तो बसला होता. मी मनात म्हणालो, 'मित्रा, बैस. तुजप्रत कल्याण असो.'

संध्याकाळ झाली तेव्हा मोरांचे अनेक आवाज होऊ लागले, चित्तुरांच्या शिळा ऐकू येऊ लागल्या. चरण्यासाठी रानोमाळ झालेली पाखरे एकमेकांना हाका देऊन आता एकत्र येत होती.

'घुर्रऽ घुर्रऽ घुर्रऽ' असा शेवटचा होला बोलला.

सगळे रान शांत झाले. 'चक्कुऽ चक्कुऽ चक्कुऽ' असा रातव्याचा आवाज तेवढा ऐकू येऊ लागला. रातकिड्यांचे समूहगान सुरू झाले आणि त्या उंच पिंपळावर, चिंचेवर मोरांच्या काळ्या आकृत्या झेपावताना दिसल्या. उमाठ्यावर उभे राहून आम्ही बघत होतो.

एक, दोन, तीन....

हा मोर, ही लांडोर.

काळोख झाला. चांदण्या चमकू लागल्या. पायाखालचे दिसण्यासाठी बॅटऱ्या टाकीत आम्ही परतलो.

पाखरं नाना तऱ्हेने झोपतात. दिवसा उजेडी आपसात मारामाऱ्या केल्या तर रात्री झोपायच्या वेळेला सगळ्यांनी घोळक्याने झोपणे त्यांना हवे असते. अनेक पाणपक्षी तर तेथेच झोपतात. तोल जाऊ नये म्हणून एका पायाने आळसटपणे ते पाणी वारत असतात. जमिनीवर झोपणारी बदकं एका पायावर उभी असतात आणि मान मुडपून त्यांनी आपली चोच पंखात घातलेली असते. बगळे, ढोक, मोर माना आत घेऊन

आणि दोन्ही खांदे उंचावून झोपतात. फांदीवर बसलेली ही पाखरं गाढ झोपेत कलंडून पडत कशी नाहीत? त्यांच्या पायात तशी सोयच असते. नख्यांचे घट्ट कुलूप फांदीला आपोआप लागते. फांदीवर बसलेली पाखरे पायांवर मुरतात, तेव्हा हे कुलूप बसते आणि जागी होऊन ती अंगाला ताण देतात तेव्हाच निघते.

गावकऱ्यांचे मत पडले की, आज सकाळी रानात जायला उशीर झाला, त्यामुळे मोर नाचताना दिसले नाहीत. उद्या सकाळी अगदी लवकर उठून जायचे.

भल्या पहाटे पांगे उठवायला आले आणि अजून दिवस उगवला नाही तोवर आम्ही ठिकाणावर जाऊन पोहोचलो.

सुरेख सकाळ होती.

पांगे म्हणाले, ''धा जागी हिंडायला नको. हितं उमाठ्यावर बसू या. समोर येऊन मोर नाचतोय बघा.''

ओढ्याच्या काठी मोठे टेकाड होते. त्यावर जाऊन बसलो. पाखरं जागी झाली होती. त्यांच्या आवाजाने सारं रान भरून गेले होते.

माझ्यासमोर पठाणी होल्यांच्या नर-मादीचा प्रणय चालला होता. गिर्रेबाज मादी हुलकावण्या देत होती. नर तिला पंख फुगवून वारंवार झडपीत होता. पंखांचे फडत्कार होत होते.

ओढ्यापलीकडच्या उंबराच्या हिरव्या-पिवळ्या बुंध्यावरही हिरव्या राव्यांची नर-मादी याच रंगाने रंगलेली होती.

एवढ्यात एक मोर भरारत येऊन त्या नेहमीच्या उंबरावर बसला. वाकड्या झाडावर त्याला नीट बसता आले. सकाळच्या वाऱ्यावर त्याचा पिसारा हलताना दिसत होता. तिथं बसल्या-बसल्या त्यानं तीन उंच हाका दिल्या.

मी इथं आहे, आता आजूबाजूचं रान माझं आहे, अशी ही घोषणा असावी.

काही क्षणांतच एक लांडोर आली आणि खालच्या फांदीवर बसली. निळ्या निळ्या आकाशाच्या पार्श्वभूमीवर वाकड्या फांदीवर बसलेले हे जोडपे अगदी सुरेख दिसत होते. त्यानंतर आणखी एक लांडोर कुठूनशी आली, माझ्यासमोरच्या पिंपळावर बसली. सकाळच्या कोवळ्या उन्हात पंख साफ करू लागली. तीसुद्धा किती सावध होती. एक अर्धा क्षण मान वाकडी, चोच पंखात की लगेच बावरून इकडे-तिकडे बघणे – हा प्रकार सारखा चालू होता. रानातून हिंडणाऱ्या मोरांचे सावधपण मी बघितले होते; आता लांडोरीचे पाहत होतो. रानातून हिंडताना बिबळ्या वाघ जसा सावध असतो, तसाच, तितकाच मोरही असतो.

किती तरी वेळ गेला. अगदी एकाकी मादी उडाली आणि त्या दोघांच्या झाडावर गेली. मग मात्र मोर उडाला. त्या मागोमाग या दोघीही भरारत गेल्या. दूर झाडीत दिसेनाशा झाल्या.

मोर हा अनेक बायका करणाऱ्या पक्ष्यांपैकी आहे. सुंदर पिसाऱ्यामुळे, चवदार मांसामुळे मोर फार मारले जातात. म्हणून निसर्गाने ही तजवीज केली असावी.

एरवी नर मोर घोळक्याने हिंडतात. जेव्हा जोड्या जमत असतात, तेव्हा मात्र एक नर आणि अनेक माद्या असा कळप हिंडत असतो. या सप्टेंबर महिन्यात मी मात्र जेवढे मोर पाहिले, ते एकेकटेच होते. माद्या फार कमी दिसल्या.

नऊ-साडेनऊ होऊन गेल्यावर आम्ही मोराचे कोटे बघायला गेलो. रात्री कुणी तरी बातमी दिली होती की, कोटे आहे, त्यात अंडीही आहेत. लांडोर अंड्यावर बसलेली आहे. मला माझ्या कामात मदत करण्यासाठी अनेक गावकरी उत्साहाने कालपासून रानात जमत होते. आरडाओरडा, हाका, शिट्या यामुळे बापडे मोर बावरून गेले होते. म्हणून मी अंडी बघायला फक्त एक वाटाड्या बरोबर घेऊन गेलो.

ओढ्याच्या काठाला, चढावर असे उसाचे रान होते. खाली खोल ओढा होता आणि मधल्या चिंचोळ्या बांधावर झाडापाचोळा, गवत, मारवेल, कुंदा, हरळी माजलेली होती. रानाच्या मालकाने जागोजाग बाभळीच्या काट्यांचे फेन्सही रोवले होते. शिंदी, टणटणी होतीच. पावसामुळे बेफाम माजलेल्या गवतातून वाट काढत आम्ही शेताच्या कोपऱ्याशी पोचलो. इथं अगदी अडचणीच्या जागी, शिंदीच्या झुडपाच्या बुडाशी लांडोरीने अंडी घातलेली होती. साधा उथळ खळगा होता. त्यात पालापाचोळासुद्धा फारसा नव्हता. ही अंडी स्पष्ट पाहण्यासाठी फार आटापिटा करावा लागला. शेत आणि पलीकडचा ओढा यामधला बांध फार अरुंद होता. जेमतेम दोन फूट रुंदीचा. माणूस, जनावरं इथं जाण्याची, उभं राहण्याची काही शक्यता नव्हती.

ओढ्याशी समांतर असे, तोडलेल्या शिंदीचे खोड पडलेले होते. त्याच्या आडोशाला बसून मी हळूच डोळे वर काढले. लांडोरी अंड्यावर नव्हती. मग मात्र मी त्या खोडावर चढलो आणि तोल सावरीत नीट पाहिले. पिवळसर रंगाची, बदकाच्या अंड्यांहूनही थोडी मोठीच अशी सहा अंडी होती. मी अवघडून खोडावर बसलो आणि काखेच्या पिशवीतून वही-पेन्सिल काढून स्केच, नोंदी करू लागलो. एवढ्यात फडत्कार झाला आणि माझ्या पायांतून उडावा तसा मोठा चित्तूर उडाला.

लांडोरीच्या कोट्यापासून तीन-एक फुटांच्याच अंतरावर चित्तुराच्या मादीने कोटं केले होते. गवतातल्या या कोट्यात लहान-लहान अशी सात अंडी होती.

हा काही केवळ योगायोग नसावा.

निरीक्षकांनी अशी नोंद केली आहे की, कोतवाल (कोष्ठपाल) पक्ष्यांची जोडी झाडावर घरटं बांधू लागली की हळदले, होले यांसारखे लहानसहान पक्षी खालच्या फांद्यांवर घरं करतात. कोतवालाच्या आश्रयाने आपली घरटी बांधतात. कारण

कोतवाल हा वस्ताद पक्षी अंडी-चोरांना जवळपास फिरकू देत नाही. कावळा, ससाणा असल्या छापेमारूंना तो आरडाओरडा करून, पाठलाग करून हाकलून लावतो. मला वाटते, मोराचे आणि चित्तुरांचेही असेच काही नाते असावे.

मोर सापाचा काळ आहे. मोराच्या अंड्यांपेक्षा थोडी मोठी असलेली चित्तुरांची अंडी साप गिळत असणार.

बांध ओलांडून येताना माझ्या मागे असलेले गावचे गुरुजी मघा ताड्कन उडी मारून म्हणाले होते, ''साप गेला हो, भला मोठा!''

मला दिसला नाही. पण पाण्याजवळ म्हणून वाटले, धामीण असावी. मोर आणि चित्तूर यांच्या घरट्यापासून त्याच बांधाला चाळीसएक फुटांच्या अंतरावरच ही धामीण दिसली होती.

घरटं दिसले, पण घरट्यावरची लांडोर दिसली नाही; म्हणून दुपारी मी पुन्हा त्या जागेकडे गेलो. दरम्यान, कॅमेरा आणला नाही, ही माझी हळहळ ध्यानी येऊन गावकऱ्यांनी मोटरसायकल उमरग्याला पिटाळून फोटोग्राफर आणवला होता. त्याच्या जवळचा रोलोफ्लेक्स कॅमेरा, फ्लॅश गन् बघून मी म्हणालो, ''कसा का होईना, पण फोटो येईल.''

मी पुढं आणि फोटोग्राफर मागं असे बांधाने हळूहळू चाललो होतो. (सकाळच्या जागी पुन्हा फोटोग्राफरला हा साप दिसला.) दबत-दबत जाऊन मी पाहिले, तर लांडोर अंड्यांवर होती. माझ्याकडे पाठ असल्यामुळे तिला सुगावा लागला नव्हता. विशेष म्हणजे, नेमकी त्याच वेळी चित्तुराची मादीही अंड्यांवर होती. तिचीही माझ्याकडे पाठच होती. मी घड्याळ पाहिले. दुपारचे बारा वाजले होते. येताना घरट्याखाली, ओढ्यात आम्ही मोरही पाहिला होता. तो पहारा करत होता का?

आजूबाजूला सगळी अडचण होती. त्यामुळे फोटोग्राफरला चपळाईने फोटो घेता आला नाही. दरम्यान, लांडोर उडून गेली.

मोठ्या खटाटोपाने अंड्यांचा फोटो मिळाला. पण त्यासाठी जी साफसफाई करावी लागली, काटे-गवत दूर करावे लागले, त्यामुळे घरटे उघड्यावर आले म्हणून मी काळजीत पडलो.

एवढं सगळे होईपर्यंत चित्तुराची मादी मात्र अंड्यावर तशीच मुरून बसलेली होती.

तिचा फोटो मिळाला.

दोन्हीही कोट्यांचा एकत्र फोटो मिळणे मात्र दुरापास्त होते. आम्ही नाद सोडून दिला.

सोमवारी मला चाकरीवर रुजू होणे आवश्यक होते. खरं तर माझी अशी इच्छा होती की, या दोन्ही पाखरांची अंडी उबवून त्यातून पिलं बाहेर येईपर्यंत त्यांचे निरीक्षण करावे. नोंदी घ्याव्यात, फोटो काढावेत. पण तेवढी मोकळीक नव्हती.

गावचे सरपंच, पोलीसपाटील, गुरुजी, राजोळे, पांगे या सर्वांना मी वरेचवर सांगितले की, ही अंडी सांभाळा आणि पोरं बाहेर आली की, मला कळवा. मी पुन्हा येईन. डॉ. देशमुख जवळ उमरग्याला होते. ते स्वत: प्राणिशास्त्र चांगले जाणणारे, त्यात रस घेणारे होते. त्यांनाही मी वरचेवर हेच सांगितले.

कोरेगावचा निरोप घेतला. दुपारी चार वाजता गाव सोडले. ही दहा आणि अकरा सप्टेंबरची गोष्ट. पुढं मी दूर केरळ प्रांतात गेलो तो एकदम तीन ऑक्टोबरला परत आलो. दरम्यान एक तार आली. एक पत्रही येऊन पडले होते.

तार एकवीस सप्टेंबरची. मजकूर असा –

'Eggs Hatched – Deshmukh.'

पत्र होते, तेही एकवीस तारखेचेच.

'आज पहाटे चार वाजता मोराची चार अंडी उबवली आहेत. पिलं चांगली असून चालत आहेत. संरक्षणासाठी भोवती काटे लावले आहेत. श्री. राजोळे व पांगे आपली वाट पाहत आहेत.

– देशमुख'

माझ्या डोक्यावर भाराभर कामे होती, ती टाकून जाणे अगदी अशक्य होते. तरी पण माझे मन सारखे कोरेगावकडे धावत होते.

■

जत्रेच्या रात्री

दिवाळी होऊन जाई आणि गारठा सुटे. दिवस लहान आणि रात्री मोठ्या होत. निवाऱ्याविना बांधलेली शेतकामाची जनावरे अंग आखडून गप्प उभी राहत. एरवी बिनधोक उघड्या अंगाने हिंडणा-फिरणारी जवान माणसेसुद्धा सकाळ-संध्याकाळ अंगावर पांघरुणाची भाळ मारल्याशिवाय बाहेर पडेनाशी होत. म्हातारीकोतारी सारखी उन्हाला बसत. रानमाळात आगट्या पेटत आणि जागोजागी धूर आभाळात चढताना दिसे. सकाळी ओढ्याच्या पाण्यावर दाट धुके तरंगू लागे आणि जत्रांचे दिवस जवळ येत.

आमच्या गावच्या आसपास दहा-वीस कोसांच्या आत बरीच देवस्थाने होती. आटपाडीला उत्तरेश्वर होता. खरसुडीला सिद्धनाथ होता. करगणीला श्रीराम होता. या सर्वांच्या नावाने तुफान जत्रा भरत. कुठे कार्तिकी पौर्णिमेला, कुठे पौषी पोर्णिमेला, तर कुठे माघी अमावस्येला. हौशे, नवशे, गवशे अशा अठरापगड जातीच्या माणसांची जत्रेच्या ठिकाणी मर्कण्ड पडे. हौशे हौस फेडून घ्यायला येत, नवशे नवस फेडायला येत आणि गवशे काही गवसेल या आशेने जमत. माणसांची एवढी प्रचंड गर्दी जमते म्हटल्यावर नाना लहान-मोठे व्यापारीही गोळा होत. हलवाई, भडभुंजे, मणेरी, तांबोळी, सणगर, वाणी, घिसाडी, तांबट, बुरूड, मांग या सर्वांचीही गर्दी होई. हारीने पाले उभी राहत, राहुट्या पडत, दुकाने मांडली जात. कुठे रसाची गुऱ्हाळे लागत, कुठे जुगारी पट मांडून बसत, कुठे हॉटेलची रांग बसे, तर कुठे कापड आळी उभी राही.

जनावरांचा बाजार फार मोठा भरे. खिलारी खोंडे, गाई, म्हशी, शेळ्या, मेंढ्या, घोडी घेऊन लांबलांबचे लोक येत.

आमच्या गावाचेही लोक जत्रेला निघत. कुणी देवाला, कुणी बैलजोडी घ्यायला, तर कुणी खोंड विकायला. मग मुद्दाम जत्रेच्या निमित्ताने जरीचे फेटे बासनातून निघत. बैलांच्या शिंगांना पितळी शेंब्या घातल्या जात, गाडीवर नवा तट्ट्या बसे. घरचीच गाडी जातेय म्हटल्यावर आयाबायांनाही हुरूप येई. शिंगांना गोंडे आणि गळ्यात चंगाळ्या बांधलेल्या खिलारी बैलजोड्या, तट्ट्याच्या गाड्यांना जुंपून चांगल्या दहा-वीस गाड्या निघत. आत कबिला असल्यामुळे ह्या गाड्यांना पडदे असत. गाड्यांच्या मागे नव्या कासऱ्याला बांधलेली विक्रीची जनावरे असत. भल्या सकाळी गाड्यांची

रांगच्या रांग खरसुडीच्या वाटेला लागे.

अनेक गावच्या गाड्या, घोडी, जनावरे, पायदळ लोक यांची रीघ खरसुडीकडे जाणाऱ्या सडकेवर लागली म्हणजे कच्ची केलेली सडक उखडून अतोनात धूळ होई. धावणाऱ्या गाड्यांमुळे उधळलेला धुरोळा बसून सडकेकडेची बाभळ-नेपतीची, तरवड-लिंबाची झुडपे बरबटून जात. गाडी हाकण्यासाठी दांड्यावर बसलेल्या गाडीवानाचा चेहरा पिठाच्या गिरणीत काम करणाऱ्या गड्यासारखा पांढराधोप होई.

आम्हा पोरांना काही विकायचे नसे, काही घ्यायचेही नसे; फक्त जत्रेची मजा बघायची असे. रुपया, आठ आणे खिशात टाकून आणि आईने पहाटे लवकर उठून करून दिलेली बाजरीची भाकरी, धपाटी, मोकळी डाळ आणि ठेचा ही शिदोरी पाठीशी मारून, गाड्यांच्या सोबतीने आम्ही जत्रेला निघत असू. सोबतीने म्हणायचे ते आपले नावालाच. गाड्यांना गाडीवाटेनेच जावे लागे. आम्ही लवकर अंतर कातरायचे म्हणून आडवाटा धरीत असू. धुराळा, ऊन, तहान सोसत-सोसत, दिवसभर पायपीट करून जत्रेच्या गावी पोहोचत असू.

गावच्या गाड्यांचा तळ कुठे तरी एकत्र पडे. तिथेच सोडलेल्या गाडीच्या आडोशाला दाटीवाटीने आम्हीही आपल्या पिशव्या टाकत असू. उघड्या वाऱ्यावर, खाली वैरण आणि अंगावर चादर असे घोळामेळाने झोपत असू. झोपेची आणि अंथरुणा-पांघरुणाची काळजी करायला रात्रच अपुरी असे. कारण जत्रेला बहर येई तो दिवस मावळल्यानंतरच. कावळ्यांची काव-काव, गुरांचे हंबरणे, घंटांचा आवाज, लोकांची गवगव, धुरोळा, चिपाडाच्या धुराचे आणि तव्यावरल्या भाकरीचे वास उसळले जात असतानाच, पश्चिम दिशा लालेलाल होऊन दिवसाचा देव डोंगराआड बुडे आणि आभाळात चांदण्या चमकारे मारू लागत.

पाला-दुकानांतून, हॉटेल-खानावळीतून दणक्याने फोनो वाजत. गॅसबत्त्या, कंदील, पलिते, शेकोट्या जिकडे-तिकडे पेटलेल्या दिसत आणि पटांगणातून वाळवंटात तमाशाचे फड उभे राहत. आमची रात्र तमाशा बघण्यात जाई. तशी इतरही करमणूक असे. कुठे भेदिकांचा फड रंगलेला असे. कुठे चार धनगर मंडळी एकत्र जमून ढोलाच्या तालावर धनगरी ओव्या म्हणत असत, पण सगळी गर्दी तमाशाच्या दिशेनेच सरके.

बरेच फड आलेले असत. एका-एका जत्रेला चार-चार. एकीकडे ईश्वर रेठरेकर असे, तर दुसरीकडे रामा कुंभार वर्धनगडकर. इकडे बापू कुपवाडकर,

तर तिकडे भाऊ बापू मांग-नारायणगावकर. जागा मिळेल तशा कनाती उभ्या राहिलेल्या असत. म्हणजे चौफेर बांबू रोवून त्यांना पुरुषभर उंचीचे कापड नेसवलेले असे. आताप्रमाणे तेव्हा तंबू, ट्रक, जनरेटरचा जोजार तमासगिरांना परवडण्याजोगा नव्हता. चवलीच्या तिकिटात कनातच परवडे.

इतक्या फडातून बऱ्या-वाईटाची निवड प्रेक्षकांनी कशी करावी? बिगरमाहितगार लोकांना नावाचा महिमा नसे. कनातीच्या प्रवेशद्वारी पाट्या असत, पण त्या वाचायला किती जणांना येणार? अशा लोकांची सोय तमासगिरांनीच केलेली असे. कनातीच्या दाराजवळ जसा तिकिटे फाडणारा बसलेला असे, तशाच बाकड्यावर ओळीने नाच्या पोरीही बसलेल्या असत. त्यांनी केसांची भांगपट्टी आणि तोंडाची रंगोटी केलेली असे. जरीकाठी लुगडी चापूनचोपून नेसलेली असत. गळ्यात, हातात, दंडात, नाकात दागदागिने घातलेले असत. पाने खाऊन चोची रंगवलेल्या असत. वरचेवर त्या तोंडे बाजूला करून धुळीत पिचकाऱ्या टाकत. डोळे मोडीत आणि गालात मुरमुशी हसत. लोकांचा घोळका त्यांना न्याहाळत उभा असे. ज्या कनातीपुढे नव्या तरण्या, गोऱ्या-भुरक्या बाया दिसत; त्या फडाची तिकीटविक्री जास्त होई.

सरसकट चवली तिकीट असे. आपण घुसून बोर्डानजीकची जागा मिळवायची आणि पायातल्या वहाणा मांडीखाली सांभाळत बसून राहायचे.

कनात काठोकाठ भरली म्हणजे पायपेटी वाजू लागे, कड्यावर कडी आणि ढोलक्यावर थाप पडे; तुणतुणे, ट्रँगल, झांजा वाजू लागत आणि गण सुरू होई.

'लवकर यावे सिद्धगणेशा,
आतमधी कीर्तन वरून तमाशा।।'

कसले कीर्तन? आतून-बाहेरून सगळा तमाशाच असे. गण-गौळण, रंगबाजी लावण्या, फार्स आणि शेवटी वग असा चवलीच्या तिकिटात बेत असे.

गवळणीपासून हशा पिकू लागे. ह्या हशांचे बागाइतदार प्रामुख्याने दोघे असत. सोंगाड्या आणि गवळणीची म्होरकी असे म्हातारी मावशी. दह्यादुधाचे माठ घेऊन गवळ्याच्या बाया मथुरेच्या बाजाराला निघत. एखादा निबरट दाढीचा आणि उग्रट बोलण्याचा बाबा नेसूच्या धोतराचा पदर डोक्यावर घेऊन मावशी होई. वाटेत अचानक गवळणींची वाट कृष्ण, पेंद्या अडवत आणि 'अशीलदान' मागत.

मग मावशी आणि कृष्णा या दोघांत विनोदी संवाद होई.

प्रेक्षकांत हशा होई!

रसगंगा दुथडी भरून वाही. मुख्य रस शृंगार आणि त्याच्या मागून विनोद. शृंगार आणि गावरान विनोद तर त्याहूनही गावरान. झाकापाक, सूचकता नसे. लावणीतले शब्द जिवंत करताना बाई मुळीच संकोचत नसे. सगळे हावभाव 'खुल्लम खुल्ला' होत. सगळा मामला 'अ‍ॅडल्ट ओन्ली'च्या पलीकडे असे. (पण तो आम्हाला कळत असे.)

एका कोळिणीचे गाणे हमखास टाकले जाई.

कोळिणीच्या डोक्यावर। झिंग्याची पाटी।
कोळी लागलाय कोळिणीच्या पाठी।
कोळीण ये गं,
तुझा छंद लागं, तुझा छंद लागं –

नाची अर्थातच कोळीण आणि सोंगाड्या कोळी.

उडत्या ठेक्याचे हे गाणे ऐन रंगात आल्यावर प्रेक्षकांपैकी कुणाची तरी कानाएवढी उंच काठी घेऊन तिचा वापर मोठ्या खुबीने होई. मुले घोडा-घोडा खेळतात तशी ही एकच काठी दोघेही घेत आणि होडी मागे-पुढे वल्हवली जाई!

तो ठेका आणि हावभाव चालू होताच प्रेक्षकांत हाय, हाय होई.

विनोदाची आतषबाजी तर वरचेवर होई.

तमासगिरांना आपला प्रेक्षक कळलेला असे. ओळखून ते सगळे गाणे, बोलणे त्या वळणाने नेत.

शिवशक्तीचा झगडा उभा राही. कोण श्रेष्ठ – शिव का शक्ती? स्त्री का पुरुष? कोणीएक बोलभांड रंगू आणि कोणीएक बेरक्या बापू अंग-तुगंवर येत.

बापू म्हणे : तुझं-माझं बोलणं पंचात जाणं,
शिवशक्तीमधी नको दावा.
रंगू म्हणे : पंचात नेईन, तिथंच बांधीन,
एवढा लाड हा नसावा!
बापू : ब्रह्माचं अक्षार कधी न चुकणार,
संबंध तुझा माझा असावा गं –
रंगू : उग्रट बोलणं, वाईट वागणं,
मस्तीचा बोकड नसावा!

होय-नाही करता-करता वाद चांगलाच रंगे.

बापू : कृष्णा-कोयना पोहणार,
निघून जाणार,
काना बंदुकीला असावा गं –

भले, कृष्णा-कोयना या तुफान नद्या असल्या तरी पट्टीचा पोहणारा त्या पार करून जातोच की नाही? अहो, बंदूक हे हत्यार स्त्रीलिंगी, पण त्याला पुल्लिंगी काना म्हणजे चाप नसला तर तिची किंमत किती – चूल फुंकण्याच्या फुंकणीइतकीच!

रंगू : गोळी मारणार, उलथून पाडणार,
बायकांत बोलणार नसावा!
बाप : मोटंला 'नाडा' बैल जाडा,
'नळा' तिफणीला असावा गं,
रंगू : 'दोरी'चा आधार, नको करू तेगार –
अडाणी पेरणार नसावा!
बापू : मागं म्होरं पेरणार, राशी हरणार,
औताचा 'वळिंबा' असावा गं –
रंगू : पावसाळी पाळी, जमीन काळी,
धान्यात 'इंद्रा' नसावा!

पेरणीच्या धान्यात मिसळ आली की 'इंद्रा' उगवतो. भातात कोद्रू, तंबाखूत बंबाखू, रानात इच्का (रानात इच्का आणि गावात टग्या, तुडवून मारल्याशिवाय मरत नाही, अशी म्हण आहे.) असा इंद्रा धान्यात नसावा.

बापू : वाणी उमदी तेली-तांबोळी,
कुंभार गावाला असावा गं –
रंगू : मातीत राहणं, कसाब करणं,
कच्चा डेरा हा नसावा.
बापू : माणदेशाला संभू गोपाळा,
श्रीधरस्वामी असावा गं –
रंगू : ऐकून बोली, शुद्ध कशी गेली,
सभेत कावळा नसावा.

कोण हा संभू गोपाळा?

श्रीधरस्वामी कोण, हे आम्हाला उत्तम तऱ्हेने माहीत आहे. 'पंढरपुरापासूनी तीस योजने दूरी, नाझरे नाम नगरी, ब्रह्मानंद माझा पिता, सावित्री माझी माता, या उभयतांना वंदूनी आता ।।'

त्यांनी जी ग्रंथरचना केली, ती आम्ही डोळ्यांनी वाचली आहे, कानांनी ऐकलीही आहे. धन्य झालो आहोत. पण श्रीधराच्या मांडीला मांडी लावून बसतो म्हणणारा हा लोककवी संभू गोपाळा कोण?

त्याची फारशी माहिती कोणाला नाही. कुठं तरी वावी, नाही तर मायणी गावी कुसवाबाहेरच्या वस्तीत जन्माला आलेला आणि कवित्व करण्याचा नाद जोपलेला, हा गोपाळा मांगाचा पोरगा संभू असावा. वाखापासून दोर वळण्याचा; केरसुण्या, शिंकी, जनावरांच्या वेसणी, म्होरक्या गुंफून शेतकऱ्याला पुरविण्याचा आपला पिढीजात व्यवसाय सांभाळून तो नेटके शब्द गुंफण्याचा नादही करीत असला पाहिजे. करता-करता त्याची रचना गोंधळ्या-भराड्यांच्या तोंडून या महाराष्ट्र देशाच्या खेडोपाडी पोहोचली असली पाहिजे. श्रीधरस्वामींच्या पांडवप्रतापाप्रमाणे त्याच्या रचनेच्या वह्याही आधी मस्तकी लावून मग उघडल्या जात असल्या पाहिजेत. असे असलेच पाहिजे; त्याशिवाय –

'माणदेशाला संभू गोपाळा,
श्रीधरस्वामी असावा गं।।'

– असे गौरवोद्गार कसे निघतील?

देवादिकांचे गुणगान करून ते ग्रंथगत केले म्हणून श्रीधर राहिला; संभू गोपाळाच्या भेदिकाच्या आणि ऐकिवाच्या वह्यांची पाने काळाच्या सोसाट्यात सापडून रानोमाळ उडाली.

तर, असा हा झगडा होई. मग एखादा चवलीचा फार्स आणि त्यानंतर ठकसेन राजपुत्राचा किंवा राजा हरिश्चंद्राचा वग. मध्यानरात्र उलटून जाई.

दरम्यान, कनात पुरी भरल्याचे बघून मालकानेच ती वर केलेली असे आणि तिकीट काढणाराप्रमाणेच विनातिकीटवाल्यांचीही गर्दी दाही दिशांना पसरून चांगला चार-पाच हजारांचा लोकसमुदाय तमासगिरांभोवती जमलेला असे. जो-जो समुदाय वाढे, रात्र चढे; तो-तो साथीची हत्यारे आणि सुरत्यांचे आवाजही चढत.

गारठा वाढे. झोपेचे अळके लोक बसल्या जागी मुर्गाळत. बरेच उठूनही जात. विरळ केलेल्या वैरणीच्या पिकाप्रमाणे समुदायामध्ये उघड्या धरित्रीचे ढोबळे दिसत. बत्त्यांचा उजेड फिका होई, कोंबडे आरवत, पूर्व दिशेला सूर्याचा

लालभडक गोळा वर उठे आणि तमासगीर भैरवी म्हणत –

'नवरा-बायकोशिवाय रथ हा संसाराचा ना चालेऽ'

सकाळी हॉटेले पुन्हा गजबजत. 'पेशल च्या, भज्जी गर्म, शिरा, जिलाबीऽऽ' अशा पोरांच्या आरोळ्या उठत. जत्रा हलू-बोलू लागे.

असा धडाका सात-आठ दिवस चाले. कनवटीचे पैसे आणि बांधून आणलेल्या बाजरीच्या भाकरीचे तुकडे उडत. हळूहळू जत्रा फुटू लागे. नदी-नाल्यांना आलेला पूर ओसरावा तशी गर्दी ओसरे. पाले-राहुट्या गुंडाळल्या जात, गाड्यांचे तळ मोकळे होत. दुकाने, हॉटेले उठून जात.

परत निघालेल्या बैलगाड्यांची बावखाडे पकडून आम्ही गावाकडची वाट धरीत असू. जत्रेच्या आठवणी बराच काळ मनात रेंगाळत. जत्रेच्या आणि जत्रेच्या रात्रीच्या –

∎

करिअप्पानंतर मीच

दुपारी साडेचारच्या सुमाराला मी ब्रिस्बेनच्या विमानतळावर गेलो; तेव्हा आभाळ कुंद झाले होते, झिरीमिरी पाऊस पडत होता.

सिडनीहून उतारू घेऊन विमान आले, त्याच्या पाठोपाठ मेलबोर्नहून दुसरे आले. दोन्हीही विमानांतून उतारू उतरू लागले आणि इकडे, आपल्या माणसांना घ्यायला स्त्री-पुरुषांचा रंगीबेरंगी मेळावा कठड्याशी लागून वाट बघत होता. वाऱ्याने फुलांचा ताटवा हलावा तसा तो हलू लागला. गोरे-गोरे हात वर झाले, चिमुकले रुमाल फडफडले, लाल चुंबने हवेत उडवली गेली. सिडनी-मेलबोर्नहून आलेले उतारू, खाली माना करून कपडे सावरत पावसातून येऊ लागले तशी हवाई पऱ्यांची धांदल उडाली. छत्र्या घेऊन त्या उतारूंना आडव्या केल्या. आपल्या छत्रीत घेऊन विमानतळाकडे येऊ लागल्या.

उतारू आत येताच बायकांनी चिवचिवाट केला. मिठ्या पडल्या, चुंबने वाजली. कोणी कोणाचे मऊ हात हातात घेतले, कोणी कोणाच्या कमरेभोवती चांदण्याचे हात टाकले. संभाषणाची एक जलद गत वाजली, एखाद्या वाद्यगळावर वाजावी तशी आणि ब्रिस्बेनच्या दिशेने अनेक मोटारी एका पाठोपाठ निघून गेल्या.

हा सगळा प्रकार पाहत मी 'आम्हाला तेवढं नाही ना' अशा चेहऱ्याने उभा होतो, तेवढ्यात केर्न्सला जाणाऱ्या उतारूंसाठी पुकारा झाला. पावसातून भिजत मी विमानात चढलो आणि उताऱ्या जागी जाऊन बसलो. बाहेर पाऊस पडतच होता. गोल खिडकीच्या काचेवर पाण्याचे थेंब चिकटून राहिले होते.

विमानाने वेग घेतल्यावर काचेवरचे थेंब मासे होऊन सुळकन दुसऱ्या टोकाशी गेले. काळे ढग मागे टाकून लवकरच विमान स्वच्छ हवेत आले. छान कोवळे ऊन पडले होते आणि खाली आलेल्या पांढऱ्याफेक ढगांच्या ढिगाऱ्यावरून आम्ही केर्न्सच्या दिशेने चाललो होतो.

हवाई पऱ्यांनी मद्याचे पेले फिरवले, तेव्हा खाली सागराचे निळेभोर पाणी होते. नाना सोंगे घेऊन ढग उभे होते. संध्याकाळ होत होती. काचेला नाक लावून मी मावळतीचे रंग पाहत होतो. मन कसे फुलून आले होते... कसे प्रसन्न वाटत होते! हा प्रवास कधीच संपू नये आणि हे रंग कधीच नाहीसे होऊ नयेत, असे वाटत होते. पण सुरेख संध्याकाळ फार लवकर नाहीशी झाली.

दिवेलागणीच्या सुमारास विमान टाउन्सविलला थांबले. मी खाली उतरताच

पुण्यातल्या एप्रिल महिन्याचा वास आला. नाक वर करून मी तो छातीत भरून घेतला. असा वास मला आतापर्यंत इतरत्र कुठेच आला नव्हता.

टाउन्सविलला निळ्या-तांबड्या दिव्यांनी लखलखणारा विमानतळ सुटला. नऊला दहा मिनिटे कमी असताना केर्न्सचा शांत विमानतळ आला.

केर्न्सच्या रेडिओकेंद्रावरचा रुरल ऑफिसर लंबाटा बॉब लोगन लांब टांगा टाकीत आला आणि आपल्या छोट्या गाडीत घालून मला गावात घेऊन आला. चाळिशी गाठत आलेला बॉब, शेतकऱ्याचा मुलगा होता आणि अजून मोकळाच राहिला होता. (थोडी ओळख झाल्यावर मी कारण विचारले तर तो म्हणाला, 'लग्न करावे अशी पोरगीच अजून सापडली नाही.') एक्स्प्लनाड हॉटेलच्या तिसऱ्या मजल्यावर त्याची लहानशी खोली होती. माझा हॉटेलचा खर्च वाचावा आणि त्या पैशातून मी काही पुस्तके आणि बायको-मुलांना भेटी घेता याव्यात म्हणून त्याने हॉटेलवालीशी रदबदली करून माझ्यासाठी एक लहानशी खाट आपल्याच खोलीत घालून घेतली. मालकीणबाई इंग्लिश होत्या आणि कधी काळी भारतात राहून आल्या होत्या. गुलाबजाम हा पदार्थ आपण खाल्ल्याचे सांगून त्या म्हणाल्या, "तुम्हाला म्हणून ही सवलत देतेय. एरवी बॉबचे म्हणणे मी मुळीच मानले नसते."

माझे जेवण विमानातच झाले होते. (ऑस्ट्रेलियन लोक जैनांप्रमाणे सूर्य मावळण्यापूर्वीच जेवतात.) थोडा वेळ इकडचे-तिकडचे बोलून 'भगवाना' म्हणून मी खाटेवर अंग टाकले.

पहाटे लवकर जागा झालो तेव्हा पहाटेच्या हिरव्यागार उजेडाने खोली भरून गेली होती. मला अनोळखी अशी पाखरे बाहेर भूपाळ्या म्हणत होती. ऑस्ट्रेलियात आल्यापासून अशी सुरेख जाग मला कधीच आली नव्हती. अशी पहाट आणि अशी सुरेख गाणारी पाखरे मला कधी भेटलीच नव्हती. बॉबची झोपमोड होऊ नये अशा बेताने मी अंथरुणातून उठलो आणि बाहेरच्या गॅलरीत येऊन उभा राहिलो. खालून आडवा रस्ता गेलेला होता आणि त्यापलीकडे ओळीने हिरवीगार झाडे उभी होती. त्यापलीकडे समुद्राचे निळे-निळे पाणी होते आणि त्यापलीकडे दूरवर धुक्यात गुरफटलेल्या टेकड्या होत्या.

दिशा उजळत होत्या, पाखरे गात होती, निळे पाणी लहरा मारीत होते. प्रवासी लोकांची 'मक्का' समजल्या जाणाऱ्या केर्न्समधली माझी पहिली सकाळ किती सुंदर होती!

मग बॉब उठला. उठल्या-उठल्या त्याने चहाची किटली उकळली. हा आता दुधाची काय व्यवस्था करणार म्हणून मी विचार करतो आहे, तोवर त्याने एक टूथपेस्टसारखी ट्यूब घेऊन कपात पिळली आणि चहा तयार झाला.

चहा पिताना माझ्या मनात विचार आला, ऑस्ट्रेलियन लोक हुशार खरे.

पुढे-मागे ते चहाच्याही ट्युबा तयार करतील. ट्यूब पिळून त्यात गरम पाणी ओतले की चहा तयार!

बॉब म्हणाला, "आपण न्याहारी करू आणि कामाला लागू."

मी ऑस्ट्रेलियाच्या न्याहारीचा धसका घेतला होता. उठल्यासुटल्या तळलेली अंडी, तव्यावर परतलेले गुराचे मांस, तळलेले मासे, बटाट्याचे तळलेले काप, ब्रेड-लोणी, दूध-पोहे, खीर, फळांचा रस, फळे, कॉफी – असले पदार्थ किती आणि काय-काय म्हणून खावे?

मी चेहरा पाडून म्हणालो, "बॉब, मला असल्या न्याहारीची मुळीच सवय नाही. या बाबतीत मला सूट मिळेल तर बरे!"

"मग तुला न्याहारीच नको?"

"मुळीच नको असे नाही. दुधाचा एक पेला, टोस्टचे दोन तुकडे, लोणी आणि फळाची एखादी फोड पुरे."

माझी ही मागणी ऐकून मालकीणकाकूंना फारच विस्मय वाटला. त्यांनी खांदे उडवले, दोन्ही बगलेला हात पसरले आणि ओठ मुरडले.

"मग तुझ्याकडून मी इतके पैसे घेणार नाही, फक्त सोळा शिलिंग. पण बॉबला तुझ्यासारखे करून भागणार नाही. तो शेतकरी आहे. शेतकऱ्याला भरपूर न्याहारी लागते –"

यावर वाईट चेहरा करून मी म्हणालो, "मादाम, मी शेतकरी नाही; शेतकऱ्यांसाठी रेडिओ कार्यक्रम आखणारा चाकरमान्या आहे."

मग मालकीणकाकूंनी माझी न्याहारी पाठवली. दुधाच्या पेल्याचा आकार बेतशीर होता. पण त्यांनी पाठविलेला टोस्टचा ढीग संपवता-संपवता मी बेजार झालो.

ट्रिनिटी उपसागराच्या किनाऱ्यालगत वसलेले केर्न्स हे सुरेख गाव ब्रिस्बेनपासून हजारएक मैल दूर आहे. दूध, अननस, बिअर यांची लयलूट असलेल्या ह्या गावातली मध्यवर्ती वस्ती सोडली तर बाहेरची घरे जमिनीवर नव्हती. माळ्यावर होती. शेत-राखणीचा माळा फार उंच असतो. ही घरे एवढी उंच नव्हती. लाकडांचे प्रचंड ओंडके जमिनीत उभे पुरून, चार-पाच फूट उंचीवर केलेल्या लाकडी माळ्यावर ही घरे उभी होती. वर पत्र्याची छपरे होती आणि ही सुंदर आकाराची छपरे सुरेख रंगवली होती. लाल, हिरवी, पिवळी, जांभळी. लाकडी शिडीच्या पायऱ्या चढून वर जायचे, मग उंबरा. रस्त्यातून जाताना मान वर करून बघितले की, दाराशी हवा खात बसलेल्या बायका दिसायच्या.

माळ्याखाली मोटारगाड्या, अवजारे ठेवलेली दिसायची.

केर्न्सच्या आसपास उसाची हिरवीगार आणि मोठमोठी राने होती, सुसरी

असलेल्या नद्या होत्या, डोंगरांच्या रांगा होत्या. त्यापलीकडे पठारावर तांबड्याकाळ्या रंगाची पिकाऊ जमीन होती आणि त्यापलीकडे उंच-उंच वृक्षांनी काळोखी आणलेले जंगल होते.

सरता नोव्हेंबर महिना होता आणि गुलमोहराची झाडे फुलोऱ्याने तांबडीलाल झाली होती. चाफा, घाणेरी, शंकेश्वर ही आपली मंडळी तिकडे केव्हा गेली, कोण जाणे; पण ती सगळी सुरेख फुलली होती. मेलबोर्नला दिसणारे कावळ्याचे भाऊबंद मेगपाय पक्षी इथे दिसत नव्हते. इथली पाखरे सुरेख गात होती, इथले पोपट पंचरंगी होते. बरोबर टेपरेकॉर्डर घेऊन बॉब आणि मी बाहेर पडलो. केर्न्सच्या ऊस संशोधन केंद्रावर गेलो. तिथे कोणी गिल्बर्ट नावाचा अधिकारी मोठा हुशार होता. त्याची मुलाखत घ्यावी आणि उद्या सकाळचा रेडिओ कार्यक्रम भरून काढावा, असा बॉबचा हेतू होता. जागोजाग दुले भरवूनच शेतकऱ्यांच्या, शेतकी तज्ज्ञांच्या मुलाखती गोळा करून त्या कार्यक्रमात देणे, हे रूरल ऑफिसरचे महत्त्वाचे काम असते.

गिली हा माणूस मोठा कठीण आहे. मुलाखतीसाठी तो बधायचा नाही, असे बॉबला वाटत होते. अधिकाऱ्याने थोडे मोकळे व्हावे आणि बोलावे यासाठी बिअरचे एक-दोन ग्लासेस घ्यावेत, असाही विचार त्याने मला बोलून दाखवला.

आम्ही गिल्बर्टसाहेबाच्या कचेरीत गेलो तेव्हा आपले मोठे पोट घेऊन तो खुर्चीत बसला होता. टकल्या, गिड्डा, जाड चाळिशी लावलेला, साठी गाठत आलेला आणि बोलायला मोठा गमत्या. त्याच्या मोठ्या टेबलावर कागदांचा पसारा होता आणि एक भली मोठी अर्धवट संपलेली रमची बाटलीही होती! ती पाहून मी आणि बॉबने फक्त एकमेकांकडे पाहिले.

माझी ओळख वगैरे करून दिल्यावर गिल्बर्टसाहेबाने मला केंद्र फिरून दाखवले, पण बॉबला मुलाखत दिली नाही. 'पुन्हा केव्हा तरी' असे म्हणून त्याने बॉबची विनंती अंगाआड टाकली. पण त्या बापड्याला उद्या सकाळचा कार्यक्रम भरावयाचा होता, तेव्हा नाइलाजाने दुसऱ्या एका दुय्यम साहेबांची मुलाखत त्याने रेकॉर्ड केली. हा साहेबही बोलताना चाचरत होता, आमच्याकडच्या शेतकी साहेबासारखाच टंगळमंगळ करत होता, हे बघून मला बरे वाटले.

मग गिल्बर्टनी मला विचारले, "तुला डॉनसिंगला भेटायचे आहे का? मी घेऊन जाईन त्याच्याकडे. तो तुझ्या देशातला आहे. चार पैसे बाळगून आहे. चांगला शेतकरी आहे."

मी म्हणालो, "जाऊ या."

लगेच साहेबाने डॉनसिंगला फोन केला आणि वीस-एक मिनिटांनी आम्ही डॉनसिंगच्या मळ्यावर पोहोचलो.

हा डॉन म्हणजे पंजाबी ग्यान होता. ऑस्ट्रेलियात मला भेटलेला पहिला हिंदी

माणूस. शंभर वर्षांपूर्वी त्याचा बाप इकडे उसाची लागवड करणारा शेतमजूर म्हणून आला, तेव्हा आजची 'व्हाईट ऑस्ट्रेलिया पॉलिसी' नव्हती. काळ्या माणसांना तेव्हा ऑस्ट्रेलियात येऊ दिले जात असे आणि राहू दिले जात असे.

डॉनने आमचे छान आगतस्वागत केले, खाऊ-पिऊ घातले... बोलता-बोलता तो मध्येच म्हणाला, ''साब, हिंदुस्थानी आती है?''

मी म्हणालो, ''जरूर! क्यूँ नहीं? यह तो अपनी राष्ट्रभाषा है, ग्यानसिंग!'' डॉनचा चेहरा एकदम उजळला. तो म्हणाला, ''मला तिकडचे कोणी आले की, फार आनंद होतो. पण हे साहेब पाहुण्याला अगदी थोडा वेळ घेऊन येतात. घंटा-दोन घंट्याने भूक भागत नाही. चार दिवस माझ्या घरी राहिले पाहिजे.''

मग त्याने मला आपली 'गन्ने की खेती' दाखवली. शंभर एकर रान, अद्ययावत यंत्रसामग्री – सगळे टापटीप होते. रानातले घर म्हणजे सुरेख बंगला होता. फोन, फ्रीज असल्या सगळ्या सुखसोई होत्या, गाड्या होत्या.

बंगल्यापुढचे 'इमली'चे झाड त्याने मला कौतुकाने दाखवले. पन्नाशीच्या पुढे गेलेल्या डॉनने बहुधा ऑस्ट्रेलियन बाईशी लग्न केले असावे. बाई दिसल्या नाहीत, पण डॉनचा पोरगा होता. तो पुरा ऑस्ट्रेलियन वाटत होता. ग्यानसिंगचे दोन भाचे काही वर्षांपूर्वी भारतातून आले होते. आम्हा दोघांना हिंदीतून बोलताना पाहून त्या पोरांना मजा वाटत होती. काही न बोलता ते आपले हसऱ्या चेहऱ्याने नुसते ऐकत होते.

शेवटी डॉन म्हणाला, ''साब, आपण लोक इंग्रजांसाठी लढाईवर गेलो, त्यांच्या शत्रूला आपला शत्रू मानून छातीवर गोळ्या झेलल्या. पण आमच्या ह्या सच्चाईचा काय फायदा? तर ही व्हाईट ऑस्ट्रेलिया पॉलिसी! 'हमे जहर जैसी लगती है।' इथं कामाला माणसं मिळत नाहीत म्हणून, हे माझे भाचे शेतकामासाठी देशाकडनं आणले. ते आता वयात आले. त्यांची लग्नं करावी म्हटलं, तर त्यांच्या बायका इकडं आणायला इथलं सरकार परवानगी देत नाही.''

डॉन मधूनच माझ्याशी हिंदीतून बोले आणि एरवी मजेशीर हेल असलेल्या फाकड्या इंग्रजीतून बोले. दोन्हीही साहेब ऐकत होते, पुष्कळ वादविवाद झाला.

गिल्बर्टसाहेब म्हणाला, ''डॉन, व्हाईट ऑस्ट्रेलियन पॉलिसीचा अर्थ आम्ही काळ्या लोकांना दूर ठेवू इच्छितो, असा नाही बाबा. आम्हाला काळे-गोरे हा झगडा या देशात नको, म्हणून आम्ही आपले सांभाळून आहोत, इतकेच. तू इतके दिवस इथे आहेस. तुला कोणी कधी काळा म्हणून कमी मानले आहे का? नाही ना? मग?''

पण ग्यानसिंगला काही पटले नाही. त्याचे भाचे वयात आलेले असून मोकळे राहिलेत, याचा अर्थ काय?

मग आम्ही डॉनसिंगचा निरोप घेऊन निघालो. बाहेर पडल्यावर गिल्बर्टसाहेब म्हणाला, "डॉन इंडियन कसला? तो आता ऑस्ट्रेलियनच झाला आहे. त्याला शेतकऱ्यांत, समाजात फार मान आहे. फार उमदा शेतकरी आहे!"

केर्न्सच्या शेतकी अधिकाऱ्याच्या गाडीतून मी आजूबाजूला खूप हिंडलो. डोंगर ओलांडून पठाराकडे जाताना रस्त्याच्या डाव्या-उजव्या बाजूंना चमत्कारिक झाडे दिसली. हात-दोन हात बुटकी आणि डोक्यावर गवताच्या झिंज्या असलेली.

मी विचारले, "ही कसली झाडे हो?"

शेतकी अधिकारी म्हणाला, "दे आर कॉल्ड ग्रास ट्रीज ऑर ब्लॅक बॉईज, वन ऑफ दी स्ट्रेन्जेस्ट मेंबर्स ऑफ लिली फॅमिली."

अशा प्रकारच्या सोळा वेगवेगळ्या जाती ऑस्ट्रेलियात आहेत. ह्या खुज्या झाडांच्या झिंज्यांमधून कधी कधी दहा-बारा फूट उंचीचे कणीस उभे राहिलेले दिसते; पानकणसासारखे. पश्चिम ऑस्ट्रेलियात असल्या एका जातीचे झाड इतके सावकाश वाढते की, दहा फूट उंचीचे झाड एक हजार वर्षे वयाचे असते!

आजूबाजूला उभ्या असलेल्या ह्या मंडळींच्या वयाला दोनदोनशे वर्षे तरी झाली असावीत, असा कयास करून मी त्यांच्याकडे आदराने पाहत राहिलो.

रस्त्याच्या दोन्ही बाजूला ही वडीलमंडळी उभी होती आणि जागोजाग लाल मातीचे मोठे-मोठे बुडबुडे जमिनीतून वर आले होते. ही म्हणे वारुळे! ऑस्ट्रलियात मुंग्यासुद्धा बांधकामशास्त्रात फार पुढारलेल्या. त्यांनी स्तुपाच्या आकाराची प्रचंड वारुळे वीस-वीस पावलांवर बांधलेली होती. झिंज्या पकाडू बुटक्या झाडाचे बन आणि ही फुगी वारुळे पाहून आपण अज्ञात प्रदेशात हिंडणारे धाडसी प्रवासी आहोत, असे मला वाटू लागले.

मग सुरेख काळे-तांबडे रान लागले. तंबाखूची लागवड दिसली. तंबाखूचा मालक आपल्या रानावरून विमानाने उडत होता. जगात मिळणाऱ्या तंबाखूपैकी बारा टक्के तंबाखू ऑस्ट्रेलियात पिकतो. तो सगळा हा एकटाच बहाद्दर पिकवीत असावा, असे मला वाटले!

वाटेत बॉब नावाच्या शेतकऱ्याच्या वस्तीवर गेलो. कांदे, बटाटे आणि मका पिकविणारा बॉब तीन हजार एकरांचा धनी होता. आम्ही गेलो तेव्हा आभाळाच्या त्या टोकाला त्याचे यंत्र तांबडा धुरोळा उडवीत मका पेरताना मला दिसले. बांधावर बराच वेळ उभा राहिल्यावर बॉब आणि त्याचे यंत्र आवाज करीत धुरोळा उडवीत आले. माहुताने हत्ती थांबवावा, तसे यंत्र थांबवून बॉब खाली उतरला.

त्याचा मातीने भरलेला हात हातात घेऊन मला वाटले, हा बॉब कसला, बुटका आणि अंगाने आडवा असा बाबू थोरातच हा.

या दिवसांत किती पेरून होते, असे मी विचारताच, कागदात तंबाखू घालून सिगारेट वळीत तो म्हणाला, ''पन्नास एकर!''

मग मी मनाशी म्हणालो, हा बाबू थोरात कसला, हा बॉब डेव्हिसच!

आथरटन टेबललँडवरून दिवसभर आम्ही काहीबाही पाहत हिंडलो. आंब्याच्या झाडांना कैऱ्या दिसल्या, एके ठिकाणी मिरचीचे भले उंच एकच झाड दिसले. मी गुपचूप मूठभर मिरच्या तोडून खिशात ठेवल्या. तोंड फार अळणी झाले होते. हॉटेलात जेवायला जाताना मिरच्या घेऊन जावे आणि जीभ पोळवावी, हा हिशेब. (केलेल्या सबंध मुक्कामात हे तिखट मला पुरले.)

रात्री आथरटन गावातल्या एका सुरेख हॉटेलात राहिलो. रानात फिरायला जाताना टायसूटची कटकट कशाला, म्हणून मी अर्धी चड्डी अन् अर्ध्या बाह्यांचा शर्ट घालून आलो होतो. बरोबर टॉवेल आणि टूथब्रशखेरीज आणखी काही झेंगट घेतलेही नव्हते. पण आथरटनचे हे हॉटेल भलतेच पॉश होते. 'जेवणघरात येताना सभ्य गृहस्थांनी कोट आणि टाय घालून यावे,' अशी पाटी वाचताच मी बाहेर सटकलो आणि रस्त्याकडेच्या एका ग्रीन कॅफेत खुंटावर बसून जेवून आलो.

मालकीणकाकूंना हा हिंदू माणूस जेवत नाही, याचे कारण धार्मिक असावे, असे वाटले. त्यांनी बॉब लोगनला पुन:पुन्हा सांगितले, ''तुझ्या मित्राला काय हवे ते आम्ही मिळवून देऊ. त्यांना शाकाहारी जेवण करून त्यांच्या खोलीत पाठवून देऊ का?''

यावर बॉब गंभीर चेहऱ्याने म्हणाला, ''मला वाटते, त्याचा आज उपवास असावा. थँक्यू, मादाम!''

यावर बाईंनी मोठ्या कौतुकाने माझ्याकडे पाहिले आणि म्हटले, ''मग काही हरकत नाही हो!''

मी मांसमच्छर खाऊन भरल्या पोटाने काऊंटरपाशी उभा होतो, तो चेहरा वळवून भिंतीवरची चित्रे पाहू लागलो.

सकाळी मालकीणबाईंनी दिलेली दूध-फळे घेऊन मी आदल्या रात्रीचा उपास सोडला आणि आथरटनही सोडले. अमकी फॅक्टरी, तमका तलाव, असे काहीबाही बघत, उंच-उंच झाडे, किर्र जंगल, वेडेवाकडे घाट, खोल दऱ्या, झुळझुळते झरे मागे टाकत भन्नाट वेगाने परत आलो.

रात्री अंथरुणावर अंग टाकल्यावर किती तरी वेळ माझ्या डोक्यात मोटारीचा आवाज भरभरत होता. झाडेझुडे उलट्या दिशेने पळत होती. अंगाखाली रस्ता सरसरत होता.

दुसऱ्या दिवशी सिटी आणि शायर कौन्सिलने सन्मान्य पाहुणा म्हणून माझा पाहुणाचार केला. हार्बर बोर्डच्या मालकीच्या 'wongable' नावाच्या लाँचमधून

मला 'ग्रीन आयलंड'ला नेऊन तिथली अंडरवॉटर ऑब्झर्वेटरी दाखवावी, असे फर्मान सुटले.

केर्न्सपासून सोळा मैल असलेल्या ह्या सुंदर बेटाकडे मी निघालो, तेव्हा उभ्या असलेल्या लाँचमध्ये मी एकटाच प्रवासी होतो. बॉब लोगन पाठराखणी होता.

माणदेशात जन्म झाल्यामुळे वयाच्या विसाव्या वर्षांपर्यंत मी दर्या पाहिला नव्हता, मग पाण्यातला प्रवास कुठला? निळ्याभोर दर्यातून ग्रीन आयलंडकडे लाँच जाऊ लागली, तेव्हा चाक मारणारा नाकेला कप्तान माझ्याकडे बघून म्हणाला, "यू आर सेकंड इंडियन दॅट आय एम कॅरिंग इन धिस लाँच टू ग्रीन आयलंड!"

मी विचारले, "ॲम आय? मे आय नो प्लीज हू वॉज द फर्स्ट फॉर्च्युनेट वन?"

कप्तान बोलला, "जनरल करिअप्पा."

मी सावरून बसलो.

कप्तान पुढे म्हणाला, "आय रेकन, ही इज ए मायटी मॅन."

मी भिवया चढवून आणि मान झुकवून म्हणालो, "माय वर्ड –"

"अहो, थोडा वेळ इकडचे-तिकडचे बोलल्यावर तुमचे करिअप्पा म्हणाले, मी आता थोडीशी झोप घेतो." (इथे कप्तानाने चाक सोडून टाळी वाजवली.) "आणि असे झोपी गेले. किती? दहा-एक मिनिटे. पुन्हा जागे झाले आणि बोलू लागले. मी विचारले, 'अशी हुकमी झोप कशी घेता येते?' तर म्हणाले, 'तशी मी तिला शिस्त लावली आहे.' धन्य आहे!"

थोड्याच वेळात बोट डुलू लागली आणि मला पेंग येऊ लागली. चाक कसे फिरवायचे, हे कप्तानाकडून बॉब समजून घेत होता. तंगड्या फासकटून उभा राहिल्या-राहिल्या, डाव्या-उजव्या बाजूला कलंडत होता. चाक हाणीत होता. हसत होता. मला बोलावत होता. पण पाळण्यातल्या पोरासारखी मला गुरुगुरु झोपच आली. मागल्या फळीला पाठीचा टेका देऊन मी बसल्या-बसल्याच घोरू लागलो.

बऱ्याच वेळाने 'ग्रीन आयलंड' आले. तीसएक एकरांचे हे लहानसे प्रवाळ बेट झाडाझुडपांनी हिरवेगार दिसत होते. आजूबाजूला निळेभोर पाणी, उन्हात चमकणारा सफेद वाळूचा किनारा, रंगीबेरंगी छोटी-छोटी घरे आणि इकडून तिकडे धावणारी, पाण्यात डुंबणारी, वाळूत लोळणारी गुलहौशी जोडपी, त्यांची नितळ उघडी अंगे आणि स्वच्छ मोकळे हसणे, बोलणे... परिकथेतील राजपुत्रासारखा मी या पाण्यातल्या ग्रहावर उतरलो.

मऊ वाळूत पाय रोवत हिंडलो, गार सावलीत उभा राहिलो, समुद्रावरचा खारा वारा हुंगला, गर्द झाडीतून भरारणारी पाखरे पाहिली. बॉबला चुकवून झाडीत शिरलो.

थंड बुंध्याला विळखा घालून जागीच उभा राहिलो. उत्तम कविता वाचली, चित्रपटातला उत्तम प्रसंग पाहिला, कुणी लिहिलेला सुंदर प्रसंग वाचला की, डोळ्याला पाणी येते तसे झाले. समोर, क्षितिजापर्यंत पसरलेल्या सागराकडे बघत मी किती तरी वेळ उभा राहिलो.

बेटाच्या एका अंगाला पाण्यातला बराच भाग उघडा पडला होता. पाऊल बुडेल एवढ्या पाण्यातून हिंडून मी आणि बॉबने नाजूक प्रवाळ झेले गोळा केले. विविध आकारांचे प्रवाळ सापडत होते, एकापेक्षा दुसरे अधिक सुंदर. शिंपल्या वेचणाऱ्या पोरांसारखी आमची धांदल उडाली.

आम्हाला अजून जेवायचे होते. तीही सोय हार्बर बोर्डतर्फे झाली होती. दुपारचे दोन वाजून गेल्यामुळे हॉटेलात कोणी नव्हते. बॉबने तिकीट दाखवताच बाई म्हणाल्या, ''तुम्हाला थोडा वेळ थांबावे लागेल हं!''

बॉब आणि मी टाळ्या वाजवीत टेबलाशी बसून राहिलो.

हॉटेलच्या खिडक्यांतून नाना रंगांचे शिंपले, सुरेख रंग दिलेले प्रवाळ झेले ठेवले होते. पेंढा भरलेल्या सुसरीही होत्या.

मी विचारले, ''बॉब, सुसरीच्या शिकारीचे काय झाले?''

बॉब वाईट चेहरा करून म्हणाला, ''हो, मला सिडनीहून जे. डी.नी तसे लिहिले होते. पण मी नुकताच इथं बदलून आलोय. माझे कुठे कॉन्टॅक्ट्स नाहीत. प्लीज जे. डी.ना सांगू नकोस, हं. म्हणावं, प्रयत्न केला पण जमले नाही.''

मी म्हणालो, ''बरं.''

ग्रीन आयलंडला भेट हे काही माझ्या कार्यक्रमात नव्हते. तो योग अचानक जुळून आला होता. सुसरीच्या शिकारीवर पाणी सोडणे भाग होते.

मी विचारले, ''माझं मी शिकारीचं जमवायचं म्हटलं तर फार खर्च येईल का?''

''हो, पुष्कळच येईल. तुला कसं साध्य आहे ते?''

''नाही, ही गोष्ट खरी!''

झकास जेवून आम्ही बाहेर पडलो आणि पाण्याखालचे जग पाहण्यासाठी गेलो. बेटावर ऑब्झर्वेटरीपर्यंत आलेला छोटासा लाकडी पूल पार करून गेल्यावर, पाण्याने झाकलेली लहानशी लाकडी खोली होती. या खोलीत शिरून आम्ही तीस-एक पायऱ्या उतरून पाण्याखाली सोळा फूट गेलो. खाली सत्तर टन वजनाची पोलादी चेंबर होती आणि तिला दोन्ही अंगांना मिळून बावीस गोल खिडक्या होत्या. खिडकीच्या जाड काचेला नाक लावून पाहिले की, पाण्यातले अद्भुत जीवन दिसत होते. प्रवाळाच्या बागा, नाना रंगांचे, नाना जातीचे मासे, समुद्रमुळे, लहानशा मुलाला आत बसवून न्हाऊ घालता येईल एवढ्या प्रचंड शिंपा!

निळ्या पाण्यात रंगांची उधळण होती, रंगीबेरंगी प्रकारचे झेले डोलत होते. प्रचंड शिंपल्यांची तोंडे हलत होती. सारडीनसारख्या माशांच्या झुंडीच्या झुंडी येत होत्या आणि जात होत्या. अंगावर लाल पट्टे असलेले विदूषक जसे प्रवाळातून सावकाश हिंडत होते! किती रंगांचे, किती आकारांचे, किती जातींचे प्रवाळ होते.

पुष्कळशा खिडक्यांतून ताऱ्यांच्या आकाराचे 'CORAL POLYPS'दिसत होते. पाण्याच्या झुळुकांबरोबर ते धुगधुगत होते. आपल्या डोळ्यांना न दिसणारे अन्न गोळा करीत होते. या लहान जीवांनीच म्हणे सबंध क्वीन्स लँडच्या सागरकिनाऱ्यावर बाराशे मैल लांबीचा 'ग्रेट बॅरिअर रीफ' हा प्रवाळखडक निर्माण केला.

पाव टन वजनाचे आणि चार-सहा फूट लांबीचे शिंपले तोंडे उघडत होते, मिटत होते. एवढे महाकाय शिंपले जगात इतरत्र कुठेही सापडत नाहीत. समुद्रतळाशी जाणाऱ्या माणसाला हे शिंपले पकडतात, गिळून टाकतात असा प्रवाद आहे. पण तसे प्रत्यक्ष घडल्याचे उदाहरण नाही.

तास-दीड तास रेंगाळून मी त्या बावीस खिडक्यांतून सागराचे ते वैभव पाहिले आणि थक्क होऊन वर आलो.

ही पोलादी खोली पाण्यात बुडवावी आणि शास्त्रज्ञांबरोबर पोराबाळांनीसुद्धा निसर्गाचे हे कवतिक बघावे, ही कल्पना मुळात VINCE VLASOFF आणि LIOYAD GRIGG या दोघा शिकाऱ्यांची होती. एक इंजिनिअर होता, तर दुसरा शिकारी होता. पण दोघेही नादी आणि कल्पक होते. या दोघांनी ही कल्पना लोकांपुढे मांडल्यावर त्यांना कोणी खुळ्यात काढले नाही. बरं, यांनीही नुसत्याच वावड्या उडवत काळ काढला नाही. ते कामाला लागले आणि लोकांकडून त्यांना सगळी मदत मिळाली. आपल्याला या कामात अपयश आले तर काय होईल, अशी भीती ऑस्ट्रेलियात कुणाला वाटत नसावी.

एखाद्याने प्रयत्न केला आणि त्यात त्याला अपयश आले, तर तिकडे लोक म्हणतात, 'Well, good on him, he had a go.'

पंचवीस फूट लांब, आठ फूट रुंद आणि सात फूट उंच असे हे भांडे समुद्रात बुडवायची कल्पना ह्या दोघा बहाद्दरांनी बारा महिन्यांत अमलात आणली. केर्न्सला बांधलेले हे धूड समुद्रातून सात मैल आत कसे नेले आणि कसे बुडवले, हरी जाणे!....

ते सुंदर बेट सोडून मी पुन्हा लाँचवर चढलो आणि केर्न्सच्या दिशेने निघालो तेव्हा सागर थोडाफार खवळला होता, प्रचंड लाटा उठत होत्या. खाऱ्या पाण्याचे सपकारे आत येऊन अंग भिजवीत होते. आमच्यापैकी कोणीच बोलत नव्हते. बॉब पाय पसरून गप्प बसला होता, कप्तान चाक मारीत होता. त्याचा मदतनीसही

गप्प बसला होता. मग मीही गोगलगाईसारखा हळूच आकसलो आणि आपल्या कवचात शिरलो.

चार दिवसांचा मुक्काम संपवून मी केर्न्सहून लाँगरीचला जाण्यासाठी निघालो, तेव्हा बॉबने आपल्याजवळचा, ओपेलच्या खाणीतला एक सुरेख दगड मला दिला. काळपट, निळसर अशा या जाड दगडावर इंद्रधनुष्यासारखे नाना रंग असलेला ओपेलचा थर होता.

बॉब म्हणाला, ''केर्न्समधल्या मुक्कामाची आठवण हा रंगीत खडा तुला देईल!''

माझ्या लिहिण्याच्या टेबलावर हा दगड मी आता ठेवून दिला आहे.

■

प्रदर्शन

निसर्गचित्रांचे ते प्रदर्शन मला आवडले. प्रदर्शन एकाच चित्रकाराचे होते. सगळी मिळून पंचवीस चित्रे होती. आता कालबाह्य गणल्या जाणाऱ्या पारंपरिक पद्धतीने पारदर्शक जलरंगांत ती केलेली होती. तसे जलरंग हे माध्यम मर्यादा असलेले आहे. (लघुकथा आणि कादंबरी ह्या दोन्हींमध्ये असते तसेच अंतर जलरंगांत आणि तैलरंगांत असते.) ही मर्यादा ओळखून चित्रकाराने चित्राचा आकार ठरवला होता.

शिवाय मला विशेष अशी एक गोष्ट जाणवली. ही सगळी चित्रे खास मराठी होती. एका मराठी मनाचे हे सर्जन होते. जसे भजन ऐकताना वाटते, कीर्तन ऐकताना वाटते, तसे हे प्रदर्शन पाहतानाही वाटत होते की – अरे, हे अगदी आपले आहे!

भल्या सकाळी-सकाळी रानात पेटलेल्या गुऱ्हाळाचे एक चित्र होते. थंडगार सकाळ होती. आभाळ अजून पुरते उजळून गेले नव्हते. रान थंड होते, झाडेझुडपे थंड होती. पाखरे अजून जागी झालेली नव्हती आणि शेंदरी लाल असे गुऱ्हाळ मात्र नुकतेच पेटले होते. अजून वारा सुटलेला नव्हता. त्यामुळे धुक्यापेक्षा जाड असा धूर गुऱ्हाळाच्या चुलवणावर रेंगाळत होता.

उकळत्या रसाचा आणि पाचोट्यांचा करपट, धुरकट वास हे चित्र पाहताना येत होता; आणि मोकळ्या रानातला गारठा अंगावर काटा उभा करीत होता.

आणखी एक, खिंडीतील लाल रस्त्याचे चित्र होते. चित्रात मोजक्या अशा तीनच गोष्टी होत्या. उजव्या बाजूला निळा-जांभळा असा भव्य कडा उद्दाम उभा होता. डाव्या बाजूलाही थोडा कमी उद्दाम असा कडाच होता आणि ह्या दोन पाषाणकड्यांमधून पाऊल बुडेल, असा लाल धुळीने भरलेला रस्ता वळण मारून आपल्या अंगावर येत होता. पार पलीकडे दूरवर सळसळीत आभाळ दिसत होते. आभाळात ढग नव्हते आणि जमिनीवर कुठे झाडझुडुपही नव्हते. म्हणजे लाव्हा रसाने बनलेल्या बोडक्या डोंगरातली ही बऱ्याच उंचावरची खिंड होती.

'खिंड' ह्या शब्दाभोवती भावभावनांचे एक मोठेच वर्तुळ आहे. खिंडीत गाठले, खिंडीत सापडलो, खिंडीत लुटले – असे वाक्प्रचार आपल्या कानांवर सतत पडत असतात आणि पावनखिंडीतला तो धीरोदात्त संग्राम तर ओतुरकरकृत सोपपत्तिक इतिहासाच्या वाचनापासून आपल्या मनात घर करून राहिलेला असतो.

वर्ण्य विषयाच्या ठळकपणामुळे म्हणा, विशिष्ट रचेनेमुळे म्हणा किंवा मनावरच्या ह्या ठशामुळे म्हणा; हे निसर्गचित्र मला फार आवडले. आपल्या खिशाला परवडेल, तर आत्ताच हे इथून उचलायचे आणि आपल्या अभ्यासिकेत नेऊन टांगायचे, असे मी ठरवून टाकले.

दुरून पाहत होतो तो जवळ गेलो आणि वाकून किंमत वाचली.

बोटभर चिठ्ठीवर लिहिले होते –

'SOLD OUT.'

आणखी एक चित्र होते. धुवांधार पाऊस पडून गेला होता, तरी आभाळात ढग होतेच. झाडेझुडे ओलीचिंब झालेली होती. जमिनीवर पोपटी रंगाचे गवत सर्वत्र माजलेले होते आणि चंद्रभागेच्या आकाराची नदी लाल पाण्याचा विस्तृत संथ प्रवाह घेऊन धो-धो वाहत होती. लाल पाण्याचा प्रवाहच तेवढा डोळ्यांत भरत होता. ह्या चित्राकडे पाहता-पाहता प्रवाहाची गाज कानावर येत होती. मातीचा सुगंध जाणवत होता आणि येताना छत्री आणायला पाहिजे होती, असे पटकन मनात येऊन जात होते.

सगळीच चित्रे 'पिक्चरेस्क' होती. एका चित्रात एकच वर्ण्य विषय होता.

कुठे तळ्यावरची काळी-जांभळी दगडी देवळे शेवाळल्या पाण्यात प्रतिबिंबे टाकून निर्विकार उभी होती. कुठे बरड तांबड्या डोंगरमाथ्यावर तीनशे वर्षांपूर्वी बांधलेल्या किल्ल्याचे अवशेष खिन्नपणे खडे होते. कुठे हिरव्याकंच डोंगरदरीत पाऊस कोसळत होता, थेंब सहस्त्रशः फुटत होते, वातावरण धोंधाटले होते; तर कुठे दोन्ही अंगांना वृद्ध वटवृक्षांच्या ओळी असलेला रुंद रस्ता भर उन्हात सावल्यांची नक्षी अंगावर लेवून सुम्म पडून होता.

मला प्रदर्शन आवडले आणि चित्रकारही आवडले. त्यांचे व्यक्तिमत्त्व रुबाबदार होते, पण चट्टेरीपट्टेरी आणि तंग तोकड्या कपड्यांनी, गलमिश्यांनी आणि हनुवटमाखल्या दाढीनं ते विचित्र बनले नव्हते. त्यांचे डोळे स्वप्नाळू नव्हते. मुद्रा गंभीर, हरवलेली नव्हती. घरातील समारंभप्रसंगी करावे तसे ते आल्यागेल्याचे स्वागत करत होते. हसऱ्या चेहऱ्याने दोन शब्द बोलत होते आणि त्यांची कृतार्थ गृहिणी डोक्यावर पदर घेऊन प्रसन्न चेहऱ्याने आपल्या पतीशेजारी उभी होती.

माझ्या मनात आले की, ह्यांचे बरे आहे. लेखकासारखे नाही. लेखकाला नाही म्हटले तरी कुणावर तरी तोंड टाकावे लागते. कुणापुढे तरी पाठीवर लोळण घेऊन पोट दाखवावे लागते, कधी चार उड्या मारून दाखवाव्या लागतात, थाप मिळावी म्हणून कुणापुढे तरी पाठ करावी लागते. तसे ह्यांचे खचितच नाही.

शिवाय 'विचार' हा ह्यांचा कच्चा माल नाही. सारखा मेंदू पिंजून काढण्याचे ह्यांना कारण पडत नाही. दार बंद करून सहा-सहा तास टेबलाशी बसावे लागत

नाही. ब्रश, रंग, फलक, कागद आणि बाटलीभर पाणी (पाणी हं!) एवढे साहित्य बरोबर घेऊन ते बाहेर पडू शकतात. डोंगरमाथ्याशी, तळ्याच्या काठाशी, नदीतीराशी बैठक मारून काम करू शकतात. मोकळ्या रानात कुठेही उंचावर बसून एखादा मुठीएवढा पक्षी जसा स्वत:च्या आनंदासाठी गळा मोकळा करून गात राहतो, तसे हे चित्र रंगवू शकतात. स्वत:च्या इच्छेनुसार नटवे किंवा सभ्य रंग वापरू शकतात.

चित्रकाराला त्याच्या दैनंदिन व्यवहारात रंग वापरावे लागत नाहीत; लेखकाला मात्र शब्दच वापरावे लागतात. कोट्यवधी लोक नित्य व्यवहारात वापरतात तेच शब्द! एखादा मागतकरी जसा गृहस्थाने उंबरठ्याच्या आतून अंगावर फेकलेले वस्त्र वापरतो, तसे 'शब्द' त्याला वापरावे लागतात. वापरलेले, झिजलेले, विटलेले, तेच शब्द घेऊन त्याला साहित्यनिर्मिती करावी लागते; आपल्याला सांगायचे ते सांगावे लागते.

शब्दांपेक्षा 'रंग' हे कमी वापरातले माध्यम चित्रकाराचे असते, म्हणून तो भाग्यवान!

लेखक होण्याची चूक आपण का बरे केली?

चित्रकारांचे लक्ष माझ्याकडे गेले.

''नमस्कार!''

''नमस्कार!''

''वा! तुम्ही आलात, आनंद झाला.''

''प्रदर्शन पाहून आम्हालाही झाला.''

''आवडले?''

''उत्तम! मुंबईला कसे काय?''

''प्रेक्षक खूश होते. मला धास्ती होती की, आमचा हा जुनापुराणा माल आता कोण पाहणार! जमाना फार बदललाय राव. पण छान 'रिस्पॉन्स' दिला लोकांनी.''

आवाज थोडा खासगी करून त्यांनी विचारले, ''किमती फार ठेवल्यात, असे वाटते का?''

माझ्या स्वत:च्या खिशाला त्या जास्तीच होत्या. म्हणालो, ''आमच्यासारख्यांना नुसते पाहून आनंद मानण्याची सवय असते. धनिकांना ही किंमत मुळीच जास्त नाही.''

''मला संकोच वाटला सुरुवातीला, पण मुंबईच्या काही मित्रांनी सांगितले की, ह्या किमती ठेवा. आणि आश्चर्य म्हणजे, बरीच चित्रं विकली गेली! ही तिन्हीही चित्रं बाराशेला घेतली एकानं.''

मी नजर टाकली, तर पहिलंच चित्र खिडकीतील लाल रस्त्याचे होते!

मला संतोष झाला.

हौसेने उत्तम बंगले बांधणाऱ्या ह्या शहर पुण्यातील घरमालकांना आपल्या हॉलमध्ये दोन-चार चित्रे जरी लावावी वाटली तरी पुरे. अशी प्रदर्शने सालोसाल भरतील.

मी सहज बोलून गेलो, ''ते खिंडीतील लाल रस्त्याचे चित्र मला फार आवडलंय; पण ते विकले गेलंय!''

''जाईना का, मी तुम्हाला पुन्हा करून देईन.''

ओशाळवाणे हसून मी म्हणालो, ''हो, पण त्याची किंमत लेखकाला कशी परवडणार?''

चित्रकारांनी मनापासून विचारले, ''तुमच्या एका उत्तम कथेला संपादक जेवढी किंमत देतात, तेवढी द्याल?''

''अगदी आनंदाने!''

''मग हे चित्र मी तुम्हाला दिले!''

चित्रकारांनी आपला उष्ण हात माझ्या हातात दिला. तो स्नेहपूर्ण स्पर्श होताच मला मनोमनी वाटले –

लेखक होऊन आपण तशी, फार मोठी चूक केलेली नाही.

■

पर्जन्यात् अन्नसंभवः...

अक्काला माहेरी आणून सोडायला किंवा परत न्यायला तिचा सासरा यायचा. डोक्याला जरीकाठी रुमाल, अंगात गोल अंगरखा, पारशी कोट, धोतर आणि पायात लाल जोडा – असा त्यांचा पोशाख. तोंड सदा पानाने रंगलेले. त्यांना आम्ही 'नाना' म्हणत असू.

नानांच्या घोड्यावर भली मोठी पडशी असे. येताना तिच्यातून ते काहीबाही आणत. भाजीपाला, धान्यधुन्य, मुळे, फळे – असे काहीही. त्यांनी अंगणात घोडे आणून बांधले, खोगीर काढून सोप्यात टाकले आणि पडशी माजघरात मोकळी केली की, आम्हाला त्यांच्या घोड्याला लागणाऱ्या पेंडीसाठी धावपळ करावी लागे. तेव्हा आमच्या घरी शेतीभाती नव्हती. कुणाकडून तरी मागून आणून वैरणीची पेंडी घोड्याला घालावी लागे.

दुपारी जेवणखाण झाले की, नाना सोप्याला बसून पान कुटत. कुटलेल्या पानातला एवढासा लगदा ते आम्हालाही देत असत. पण हे बक्षीस मिळविण्यासाठी आम्हाला त्यांनी घातलेल्या तोंडी हिशेबाची उत्तरे द्यावी लागत.

नाना पान कुटता-कुटता विचारत –

"कितवीत गेलास रे तू आता?"

"दुसरीत."

"बेरीज-वजाबाकी झाली का?"

"हो."

"मग सांग बघू, सत्ताविसातनं नऊ गेले; राहिले किती?"

थोडा वेळ बोटे मोडून मी ओरडायचो –

"अठरा."

नाना म्हणायचे, "चूक."

नानांचा हिशेब इतका साधा, सोपा नसायचा. त्यात काही तरी गोम असायची.

"अरे लेको, या माणदेशात राहता आणि हा हिशेब येत नाही?"

आता, कुठे राहतो याचा आणि हिशेबाचा काय संबंध? आमची उत्सुकता बराच वेळ ताणून शेवटी नाना खुलासा करायचे –

"एकूण नक्षत्रे सत्तावीस. त्यांतली पावसाची नऊ नक्षत्रे जर गेली, म्हणजे कोरडी गेली, पाऊस पडला नाही; तर काय उरतं? काही नाही. दुष्काळ. पाणी

नाही, पिकं नाहीत, गुरंढोरं नाहीत, काहीच नाही. म्हणून या हिशेबाचं उत्तर शून्य. सत्ताविसातनं नऊ गेल्यावर खाली उरतो भोपळा!''

हा पावसाचा महिमा लहानपणापासून आम्ही ऐकला. या देशातल्या माणसाइतका आणखी कुणाला तो कळला असेल की नाही, मला माहीत नाही. आमचे सगळे जगणेच पावसावर अवलंबून असते. 'इथं.. इथं.. बैस रे मोरा' किंवा 'एक होती चिऊ, एक होता काऊ'प्रमाणे 'ये.. रे ये.. रे पावसा' हे गाणे बालपणीच आपल्याला पाठ होते. पावसाने यावे म्हणून त्याला पैसा देण्याचे आमिष दाखवायचे (तेसुद्धा खोडकर खोटे.) आणि मग मोठा पाऊस आला की नाचायचे. मुलांनी असे नाचायचे, तर बायकांनी जात्यावर ओव्या म्हणायच्या –

'पाऊस पडतो मृगाआधी रोहिणीचा,
पाळणा हालतो भावाआधी बहिणीचा.'

पावसाबद्दल एवढा भक्तिभाव का, तर 'पर्जन्यात् अन्नसंभव:'... मुख्य हे की, काळी पिकली पाहिजे.

'वॉल्डन' या आपल्या पुस्तकात थोरोने तक्रार केलेली आहे की, अमेरिकेत कृषिवलांना आपल्या व्यवसायाबद्दलचे पावित्र्य व्यक्त करता येईल असे सण, उत्सव नाहीत. आमच्याकडे किती तरी आहेत. नवान्न पौर्णिमा आहे, बेंदूर किंवा पोळा आहे. नवरात्रात घरात धान्य लावायचे आणि दसऱ्याच्या मिरवणुकीत त्याचे पोपटी तुरे फेट्यात खोचायचे. सोन्याबरोबर बाजरीची कणसे, लिंबूरही वाटायची. पेरणीआधी तिफण पूजायची. नव्या विहिरीला पाणी लागले की, त्याचीसुद्धा पूजा. काळीला आई म्हटल्यावर पूजा नाही, उत्सव नाही, असे कसे होईल!

माणूस हा देवपुत्र कसला, तो निसर्गपुत्रच. दुष्काळी मुलखातल्या लहानशा गावात बालपण गेले म्हणजे पावसाचा मोठेपणा जास्त कळतो.

काळेनिळे ढग आकाशात जमून कसा गडगडाट होतो... वीजबाई कोसळू नये म्हणून मग घाईगडबडीने अंगणात पहारी टाकायच्या.

धो-धो पाऊस कोसळला आणि रस्त्यारस्त्यांवर गढूळ तांबड्या पाण्याचे लोट वाहू लागले की –

"अगाबाबा, मायंदाळ पानी आदाळलं आज!" म्हणून ओढा बघायला धावायचे.

काळी-पांढरी माती भिजून कसा घमघमाट सुटतो... गुरेवासरे कशी आखडत्या अंगाने उभी राहतात... कोंबड्या फुगून आडोशाला बसतात... भिजलेल्या शेरडाकरडांचा वास झोपड्यांतून पसरतो. लगेच चार दिवसांत नाही तेथे नवे-नवे कोंब तरारून येतात. कधी कुठे पडलेला चिंचोका फुटून त्यातून कोंब, कधी कुठे जांभळाचे

बी पडलेले त्यातून कोंब! लिंबोळ्यातून, दामुक्यातून रोपे तरारतात. एरवी केराचे डोंगर वाटणाऱ्या उकिरड्यावर कसले-कसले वेल पसरू लागतात. बघता-बघता सगळी धरणी तर हिरवीगार होतेचे होते, पण घराची माळवदे व छपरेसुद्धा पोपटी दिसू लागतात. पावसानंतरची ही दुनिया म्हणजे चमत्कारच असतो.

पेरणीची धांदल किती मोलाची! घरात माणूस गेलं तरी, ते झाकून ठेवून आधी घात साधायची.

थोरो म्हणतो की, 'कृषिकर्म ही एक कला आहे, असे प्राचीन दैवते, कथा, काव्ये सूचित करतात. पण आपण ही कला बेमुर्वतपणे, घिसाडघाईने हाताळतो. मत्सर, स्वास्थ्य यामुळे भूमी ही आपली मालमत्ता आहे, संपत्ती मिळवण्याचे साधन आहे, असे समजून चालण्याची जी विषयासक्त, नीच प्रवृत्ती आपणा सर्वांत आढळून येते; तिच्यामुळे शेतीप्रमाणे आमचाही अध:पात होतो. शेतकऱ्याचे जीवन निकृष्ट बनते. त्याला निसर्ग म्हणजे एक डाकूच वाटू लागतो. एरवी कृषिकर्मातून मिळणारा लाभ हा विशेष पवित्र आणि न्यायपूर्ण असतो.'

शेतकऱ्यांकडे हा माझा मुख्य क्षेत्रपाल म्हणून शेते बघत नाहीत, तर त्याच्यावरची नजर काढून ती अधिक दयामय शक्तीकडे – ज्या त्यांना पाणी पुरवून हिरवीगार ठेवतात, त्यांच्याकडे – वळवतात. क्षेत्र पिकते ते काही एकट्या शेतकऱ्यासाठीच नाही. अंशत: का होईना; पण ते पाखरांसाठी, कीटकांसाठी, जंगली प्राण्यांसाठी असते. मग शेतात तण माजले तर त्याने आनंदून का जाऊ नये? तणांची बियाणे म्हणजे पाखरांची अंबारे नाहीत का? ज्याप्रमाणे या वर्षी रानात चेस्टनट धरतील की नाही, याबाबतीत खारी पूर्णपणे निश्चिंत असतात, त्याप्रमाणे शेतकऱ्याने पीकपाण्याच्या बाबतीत असावे. मनोमनी फलाचा त्याग करून त्याने आपले रोजचे काम शांतपणे करीत असावे.

थोरो हा फार मोठा माणूस. त्याच्या मागोमाग जाणे आजवर तरी कुणाला साधलेले नाही. आपण आपले त्याचे साहित्य वाचावयाचे व आनंदून जायचे, एवढेच.

तर, मी म्हणत होतो की, आपले सगळे पावसावरच आहे. म्हणून आपण बारा महिन्यांच्या कालखंडाला 'वर्ष' म्हणतो आणि आपला सगळा दैववादसुद्धा या पावसामुळेच आपण स्वीकारलेला. आपली संस्कृती पावसाने घडवली आहे.

बऱ्याच वर्षांपूर्वी मी सावळा धर्मा खुडे यांचा एक वग ऐकला होता. त्यात राजा आपल्या लेकीचे स्वयंवर मांडतो. 'जो कोणी माझ्या तीन प्रश्नांची उत्तरे देईल, त्यास माझी मुलगी माळ घालील,' असे सांगून तो तीन प्रश्न टाकतो, ते असे –

मोठ्यात मोठा राजा कोण?
सर्वांत मोठा पुत्र कोणाचा?
सर्वांत मोठा दात कुणाचा?
कोणी काही, कोणी काही उत्तरे देतात. सगळी चूक. एक फाटका माणूस
म्हणतो –

मोठ्यात मोठा राजा   – मेघराजा.
मोठ्यात मोठा पुत्र   – गाईचा.
आणि मोठ्यात मोठा दात – नांगराचा.

राजकन्येची माळ या भूमिपुत्राच्या गळ्यात पडते.

■

पिकासोचे घुबड

प्राणी-पक्षी पाळण्याचा नाद पुष्कळांना असतो. या नादी लोकांतील बरीच मंडळी कुत्रा, मांजर, पोपट, मैना पाळणारे असतात. तीन-चारशे वर्षांपूर्वी बाज पक्षी पाळून त्याच्याकडून शिकार करवून घेत असत. आजही परदेशात हा नाद चालतो.

काही वर्षांपूर्वी 'कोलिअर' नावाचे साप्ताहिक निघत असे. त्यात एका नादी माणसाने गवळण (ग्रासहॉपर) कीटक बरेच महिने पाळून त्यावर एक मोठा लेख प्रसिद्ध केलेला मला आठवतो. गवळणीची नाना रंगीत छायाचित्रे घेऊन त्याने ह्या लेखात दिली होती. ही गवळण पुढे दुःखी दिसू लागली, तेव्हा तिच्यासाठी चांगला नवराही ह्या मालकाने शोधून आणला होता. ही नवरा-बायको काही काळ एकत्र नांदली. पुढे नवरा मेला आणि ही गवळणही गुंगारा देऊन कुठे गेली. काही दिवसांनी घराच्या आवारात पुष्कळ लहान-सहान पोरे एका झुडपावर मालकाला आढळली, असा त्या लेखाचा शेवट होता.

'कोसला' कादंबरीचे लेखक भालचंद्र नेमाडे ह्यांच्या अहमदनगरच्या बिऱ्हाडी मी एकदा गेलो होतो, तेव्हा त्यांनी पाळलेला मोठा कोळी मी पाहिला होता. सकाळी मोरीत जाऊन मी तोंड धुऊ लागलो, तेव्हा ते म्हणाले, ''सांभाळा हां, माडगूळकर. तिथं कोळी आहे. त्याच्या जाळ्यावर पाणी उडवू नका. मी पाळलाय त्याला.''

मग तो कोळी जाळ्यात कसा मस्त असतो, फावल्या वेळात आपण माश्या मारून त्याला कशा घालतो, अशा मेलेल्या माशीत त्याला रस कसा नाही, हे त्यांनी मला सविस्तर सांगितले होते.

जगप्रसिद्ध चित्रकार पाब्लो पिकासो ह्यालाही असा शिकारखाना पाळण्याची हौस होती. त्याच्याकडे पिवळ्या रंजन रंगाचे, कुलूकुलू बोलणारे कनारी पक्षी होते. कबुतरे होती. 'टुर्टलडव्हज्' जातीची पाखरे होती. आपल्या मित्रांच्या हेतूबद्दल पाब्लोला जसा संशय असे, तसा या मित्रांबद्दल नसे.

म्युझियममधल्या कोपऱ्यात सापडलेले एक जखमी घुबड त्याला कोणा मित्राने आणून दिले. ह्या घुबडाचा एक पंजा दुखावलेला होता. काही दिवस मलमपट्टी केल्यावर तो बरा झाला. मग या घुबडासाठी सुरेख पिंजरा आणून इतर पक्ष्यांबरोबर पाब्लोने त्यालाही पाळले.

घरातली सगळी माणसे ह्या दिवाभीताशी प्रेमाने वागत. येता-जाता त्याच्या

पिंजऱ्याशी जाऊन बोलत, पण घुबड फार माणूसघाणे होते. ते सर्वांकडे फक्त रखारखा बघत असे. सगळे पाळीव पक्षी स्वयंपाकघरात होते. पाब्लो किंवा फ्रान्सवाद (पिकासोची तरुण मैत्रीण) ह्यापैकी कोणीही स्वयंपाकघरात गेले की, कनारी चिवचिवाट करत, कबुतरे घुमू लागत, टुर्टलडव्हज् हसू लागत; पण हे घुबड मात्र ढम्म बसून असे. कधी त्याचा आवाज उमटलाच, तर ते रागीट गुरगुरणे असे.

ह्या माणूसघाण्या घुबडाच्या अंगाला फार घाण येई. उंदराशिवाय ते कशालाही चोच लावीत नसे. पाब्लोच्या स्टुडिओत पुष्कळ उंदीर धुडगूस घालीत. बिचारी फ्रान्सवाद रोज अनेक सापळे स्टुडिओत लावून ठेवी आणि उंदीर सापडला रे सापडला की, ह्या उर्मट घुबडाला आणून घाली. आता कोणताही प्राणी – अगदी प्राणिसंग्रहालयातील वाघसुद्धा – खाद्य पुढ्यात आले की त्याच्यावर लगेच तुटून पडतो. पण हे घुबड खाद्याकडे आणि ते आणून घालणाऱ्या फ्रान्सवादकडेही संपूर्ण दुर्लक्ष करी.

घुबडाला दिवसा दिसत नाही, असा एक समज आहे; पण तो काही खरा नाही. ह्या घुबडाला छान दिसत असे. पण दिसून न दिसल्यासारखे दाखविण्यातच त्याला प्रौढी वाटे. फ्रान्सवाद जरा कुठे स्वयंपाकघराबाहेर गेली रे गेली की, दरम्यानच्या काळात घुबडाला घातलेला उंदीर नाहीसा होई.

काही तासांनंतर केसाची लहानशी गुठळी घुबडच बाहेर टाकी; ती पाहून समजावे की, उंदराचे काय झाले.

पाब्लोला बघून घुबड गुरगुरले की, हा साठ वर्षे उलटून गेलेला जगप्रसिद्ध चित्रकार त्याला उलट चार इरसाल शिव्या मोजी. का, तर हा आपल्यापेक्षा वरचढ आहे, हे घुबडाला कळावे. आपण एक असभ्य झालो तर हा दहा होईल, याची खात्री त्याला पटावी. अशा शिव्या मोजल्यानंतर पिकासो आपले बोट बळेच घुबडापुढे धरी. घुबड चावा घेई. पण चित्रकाराची बोटे चांगली टणक होती, त्यांना इजा होत नसे.

पुढे काही दिवसांनी घुबडाने चावणे सोडून दिले. पाब्लोने त्याच्या डोक्यावर खाजवले, तरी ते गप्प राहू लागले. बोट पुढे केले की, चावण्याऐवजी त्याच्यावर बसू लागले.

या घुबडाचे एक सुरेख शिल्प पिकासोने केले. हे नुसते घुबडाचे शिल्प नाही, तर 'त्याच' घुबडाचे आहे.

कबुतरे घुमायची, पण टुर्टलडव्हज् खरेच हसायची. राखी, फिक्कट गुलाबी रंगाची ही लहान पाखरे होती.

पाब्लो आणि फ्रान्सवाद स्वयंपाकघरात जेवणाच्या टेबलावर येऊन बसली की,

बऱ्याच वेळा पाब्लोला लहर यायची. एखाद्या फिलॉसॉफरसारखे त्याचे स्वगत भाषण सुरू व्हायचे. मग ही पाखरे मालकाचे बोलणे लक्षपूर्वक ऐकत राहत. बोलता-बोलता पिकासो मुद्द्यावर आला की, ही टुर्टलडव्हज् एकदम फिदीफिदी हसणे सुरू करीत.

पिकासो म्हणे, ''ही पाखरे तत्त्ववेत्त्याच्या कामाची आहेत. मनुष्यप्राण्याच्या सगळ्या वचनांना एक मूर्खपणाची बाजू पण असते. माझं सुदैव म्हणून ही पाखरं इथं आहेत. ज्या-ज्या वेळी आपण फार विद्वत्तापूर्वक बोललो असा गर्व मला होतो, तेव्हा ही माझी टर उडवतात आणि गर्वहरण करतात.''

एकोणीसशे त्रेचाळीस साली सायकलचे जुने हँडल आणि जुने सीट ह्यातून 'बैलाचे डोके' नावाचे शिल्प पिकासोने तयार केले. ह्या शिल्पाची सर्वत्र फारच वाहवा झाली. पण वास्तव म्हणजे काय, ह्यासंबंधीच्या सतत बदलणाऱ्या कल्पना ध्यानात घेऊन पिकासो म्हणाला –

''एक दिवस असा उजाडेल की, कोणी तरी पुन्हा शोध लावील – अरे, हे बैलाचे डोके नाही, हे खरं जुन्या सायकलचे हँडल आणि सीट आहे!''

'ला फाम फ्लर' (आपण फुलवंती म्हणू) ह्या नावाने प्रसिद्ध असलेले फ्रान्सवादचे पोर्ट्रेट पिकासोने अगदी वेगळ्या पद्धतीने चितारले आहे, एखादे फुलझाड चितारावे तसे.

फ्रान्सवादला तो म्हणाला, ''तिसरा हिस्सा मानवजात जनावरासारखीच दिसते. पण तू वेगळी आहेस. एखाद्या फुलझाडासारखी. मला काळजी होती, ही कल्पना मी मूर्त कशी करू? तू जनावरांच्या जातीतली नाहीस; वेलाफुलांच्या जातीतील आहेस, हे मी कसं दाखवू? आतापर्यंत अशा पद्धतीने कुणाचे पोर्ट्रेट करावे, असे मला वाटले नव्हते. पण हीच पद्धत योग्य आहे. ही तूच आहेस.''

चित्रफलकापुढे उभा राहिला म्हणजे पिकासो चार-चार तास उभा असे. त्याला थकवा कसा येत नाही याचा अचंबा तरुण फ्रान्सवादला वाटे. हा प्रश्न विचारल्यावर पिकासोने उत्तर दिले –

''मला थकवा मुळीच येत नाही. मुसलमान लोक मशिदीत शिरताना पायातले जोडे बाहेर काढून ठेवतात, तसे काम करताना मी शरीर बाहेर ठेवतो.''

■

कबुतरे

इन्स्पेक्टर गोरा होता. सदान्‌कदा भुकेलेला असायचा. कधी पावाच्या दोन तुकड्यांवर मटण घालून ते खात असायचा; तर कधी काजू, कधी फळाचा डबा फोडून अननसाच्या पाकातल्या फोडी, तर कधी हवाबंद डब्यातले मासे बोकणत असायचा.

त्याला कबुतरे फार आवडायची. फराऱ्यांना पकडण्यासाठी वाड्या-वस्त्या पालथ्या घालाव्या लागत, तर याचा डोळा छपरावर असायचा. लगेच डबलबारी बंदूक काढायचा आणि बसलेली म्हणा, उडती म्हणा – कबुतरे मारायचा. कुठं लांब असली म्हणजे मला सांगायचा. मलाही हौस होतीच.

इन्स्पेक्टरसाहेबांसाठी खाना बनवण्याचे कामही माझ्याकडेच होते. मारलेली कबुतरे मलाच बनवावी लागत. वाटणाघाटणाची काही कटकट नसायची. मी कबुतरांची पंखे उपटायचो, पोटलाबिटला काढून, मुंडकी, पाय छाटून कबुतरे स्वच्छ धुवायचो. साहेबाने एक लाकडी दांडा असलेले उथळ भांडे दिले होते. त्यात लोणी टाकायचे, कबुतरे टाकायची. मीठ, मिऱ्याची पूड, कुठं मिळाली तर चार कोथिंबिरीची पाने टाकायची आणि ते भांडे जाळावर धरायचे. दहा-एक मिनिटांत झुंऽईईऽ आवाज यायला लागायचा. मग ती कबुतरे उलटायची. वीस-एक मिनिटांत कबुतरे दोन्ही बाजूंनी लाल दिसायला लागायची. घमघम वास सुटायचा. मग मी पांढऱ्या स्वच्छ प्लेटवर घालून कबुतरे साहेबांपुढे ठेवायचो.

कबुतरे तळलेल्या भांड्याचे बूड आणि बाजवा, भाकरीच्या तुकड्याने पुसून मी त्या वासाबरोबर एक-दीड भाकरी खायचो.

सातारा भागात चळवळीचा जोर भलताच वाढला. धडाधड रेल्वे स्टेशन पेटू लागली. पोस्ट ऑफिस, शाळा, सरकारी इमारती जळून भस्मसात होऊ लागल्या. सरकारी पैशाच्या लुटी होऊ लागल्या. शहरापेक्षा फरारी लोक लपण्यासाठी वाड्या-वस्त्या आणि खेडेगाव पसंत करत. आम्हाला सारखे इकडं-तिकडं पळावे लागे. जाता येईल तिथवर मोटार घेऊन जायचे. रानातच कुठे तरी राहुटी ठोकायची आणि खबर मिळाली असेल तिकडे तंगड्यातोड करत जायचे. लोक इतके बिलंदर झाले होते की, लगोलग फराऱ्यांना बातमी द्यायचे आणि घरातून उठून फरारी लोक उभ्या पिकात, उसाच्या फडांत शिरायचे. बायका, पोरे, म्हातारेकोतारे सगळेच फराऱ्यांना सांभाळण्याच्या कामात तयार होते. आम्ही कुठं जवळपास आलो रे आलो

की, त्यांना वास यायचा.

पारे नावाचे गाव विट्यापासून जवळ होते. फार प्रसिद्धी होती या गावाची. नाना पाटील आणि त्यांचे फरारी सहकारी इथं जाहीर सभा घ्यायचे आणि सभेला दोन-चार हजार लोक जमायचे. एवढा कडेकोट बंदोबस्त असूनसुद्धा या सभा व्हायच्या. पोवाड्याचे कार्यक्रम रंगायचे. बंदुकांचे बार वाजायचे.

तर, पाऱ्याच्या आसपास आम्ही आलो. एक हिरवागार मळा होता. विहिरीजवळ लाल छपराची पडळ होती. त्या छपराकडे बघून साहेब मला म्हणाला, ''ए याकूब, देखो –''

त्याची बॅटन जिकडे रोखलेली होती, तिकडे मी बघितले; तर लाल छपरावर चांगली गलेलठ्ठ अशी डझनभर कबुतरे बसलेली होती.

मी विचारले, ''ह्या ठैरना, बडे साब?''

साहेब म्हणाला, ''बिल्कुल.''

वडाचे झाड बघून पोलिसांनी राहुटी टाकली. मी लाल छपराच्या वस्तीकडे गेलो. विहिरीशेजारी केळीची बाग होती. पलीकडे ऊस होता. लाल जास्वंदीची आणि पांढऱ्या कण्हेरीची झुडपे बांधाच्या कडेने होती. आंब्याची तीन मोठी झाडे होती. काही जांभळांची आणि पेरूची होती. वस्तीचा मालक मोठा शेतकरी असावा.

छपरावरची कबुतरे मारायची, तर निदान घराच्या मालकाला विचारले पाहिजे. साहेबांची आणि माझी भाषा आधीच झाली होती. त्याने सांगितले होते, ''मला भूक लागलीय, लवकर कबुतरे कर –''

''किती, सायेब?''

''तीन मला आणि एक तुला – अशी चार मार.''

मी वस्तीच्या अंगणात गेलो. मालकिणीला सलाम करून म्हणालो, ''सायेबांना भूक लागलीय.''

माझ्या हातातल्या बंदुकीकडे बघत मालकीण म्हणाली, ''भाकरी टाकून देते ऊन-ऊन. वांग्याची भाजी आहे, दूध आहे. हितं जेवता का, तिकडं न्हेता?''

तेरा-चवदा वर्षांचा एक पोरगा आतून बाहेर आला. त्याचे नाव रामू. आई आणि पोरगा दोघंही गंभीर होती. पोराने विचारले, ''काय, कोण पायजे?''

आई म्हणाली, ''त्यांच्या सायेबाला भूक लागलीय म्हणे.'' पुन्हा तिने मला विचारले – ''काय देऊ सांगा? का चपाती आणि अंड्याची पोळी देऊ –?''

मी म्हणालो, ''आम्हाला छपरावरची कबुतरे पायजेत.''

आमची सगळी पार्टी सोलापूर भागातली होती. मला मराठी भाषा नीट येत नव्हती. ह्यांना कानडी कळत नव्हती. कसाबसा बोलत होतो.

बाईने कपाळाला आठ्या घालून विचारले, ''काय म्हणाला?''

कमरेत वाकलो. दोन्ही हात पसरून पंखासारखे हलवले आणि तोंडाने 'घुटुर्र ऽघुमऽऽ, घुटुर्रऽऽ घुमऽऽ' असे शब्द काढले.

दरम्यान, एक पोरगीही बाहेर आली होती. रामूची बहीण असावी. माझ्या नकलेला त्या तिघांपैकी कोणीही हसले नाही. मी कबुतरे मारून खायला मागतो आहे, हा मतलब ध्यानात येताच त्या तिघांनी ओरडून गोंधळ केला. मी म्हणालो, ''एवढं काय नुकसान होणार आहे तुमचं? चार कबुतरे मेली, तर बारा जन्माला येतील पुढच्या वर्षी.''

ती पोरगी म्हणाली, ''दुसरं काय पायजे ते मागा, पण कबुतरे मागू नका. ती माझ्या भावाची आहेत, शंकरची. तो शाळा शिकायला विट्याला असतो.''

मला ही गोष्ट पटली. ही कबुतरे साधीसुधी नव्हती. पोराने ती नाद म्हणून पाळली होती. त्यांच्यासाठी केलेली लाकडाची घरेही भिंतीला अडकवलेली दिसली, पण सायबाचा हुकूम होता. त्याला काय सांगणार?

कबुतरं खालून दिसत नव्हती. छपराच्या एका टोकाला शिडी लावलेली होती. तिच्यावरून चढून जावे आणि छपराच्या त्या बाजूला असलेल्या कबुतरांवर बार टाकावा, म्हणून मी शिडीकडे जाऊ लागलो. माझा इरादा ध्यानात येताच बाई पळतच शिडीकडे गेली. शिडीला पाठ लावून उभी राहिली. आता, बाईमाणसाच्या अंगाला हात तरी कसा लावावा? खाऊ की गिळू अशा डोळ्यांनी बाई माझ्याकडे बघत होती. पोरालाही राग आला असावा. तो आत जाऊन कुऱ्हाड हाती घेऊन बाहेर आला. चांगली धारदार पात्याची, भला मोठा लांब दांडा घातलेली फरशी कुऱ्हाड होती. मग मी नाद सोडून दिला.

आजूबाजूला पायपीट केली. एका विहिरीच्या माचाडावर रानटी कबुतरांची जोडी बसलेली होती. लपत-छपत मी बांधाआड गेलो आणि चार नंबरच्या काडतुसाने बार घातला. दोन्हीही पारवळं मिळाली.

बाईच्या पडवीतल्या चुलवणावर ही पारवळं मी तळत होतो. शंकरची कबुतरे अंगणात फिरत होती. छात्या फुगवून नर मादीपुढे धावत होते. माद्या फडर्रऽऽ फडर्रऽऽ आवाज करत होत्या. खेळता-खेळता काही कबुतरे पडवीत माझ्या पायापर्यंत आली. माना काढून-काढून त्यांनी माझ्याकडे पाहिले. भांड्यातल्या पारवळांकडे पाहिले.

चार दिवस आमची राहुटी तिथे होती. दरम्यान, एकदा रामू विट्याला जाऊन आला. काय म्हणे, भाजी विकायला गेला होता. काहीबाही सामान आणण्यासाठी आमची मोटार विट्याला गेली, त्यातूनच तो गेला आणि माघारी आला. विटे वीस-बावीस मैल होते.

रामू आला, तो पळतच घरात गेला. लगोलग घरातून रडारड ऐकू आली. काही तरी वाईट बातमी कळली असली पाहिजे.

बाई धावत आमच्या राहुटीपर्यंत आली. घाबऱ्याघुबऱ्या तिने खुलासा केला की, ''शंकरला पोलिसांनी धरलाय. गेटवर ठेवलाय. रामूने बघितले त्याला. हितं विट्याच्या गेटावर आहे तो. सायेब, तुमी काहीही करा आणि माझ्या पोराला सोडवा. माझ्या पोराला बघू वाटतंय मला – त्याला छातीशी धरू वाटतंय. जळू दे ती शाळा. मी त्याला पुन्हा कुठं पाठवायची नाही... अश्राप हो पोर माझं. तुमाला मी लागंल ते देते. माझ्या कोंबड्या घ्या, बकरी घ्या, ऊस घ्या, गहू घ्या. शंकरची कबुतरंसुद्धा मी देते तुमाला. घ्या, ती मारून खा. पण माझ्या बाळाला सोडवून आणा. मला एकदा माझ्या नजरनं बघू द्या त्याला.''

मी काही मुसलमानी भाषेत, काही कानडी भाषेत सायबाला झाली गोष्ट सांगितली. मग साहेब म्हणाला, ''गाढवीच्यांनो, खबुतरे खायला मिळावीत म्हणून काहीच्या-बाही करणार काय आपण?'' मग तो बाईला बोलला, ''तू चूप ऱ्हा. आमी जाऊन घिऊन येऊ पोऱ्याला. पण ते खबुतरे चांगली तयार करून ठू हां?''

बाई पुन:पुन्हा सायबाच्या हातापाया पडली. तिच्या डोळ्यांतनं पाण्याच्या धारा चालल्या होत्या.

रामूने घरातून शंकरचा फोटो दाखवायला आणला. हाफ पँट आणि टोपणवाल्या खिशाचा शर्ट घातलेला शंकर सोळा-सतरा वर्षांचा असावा. त्याच्या डोक्यावर गांधी टोपी होती आणि छातीवर तिरंगी झेंड्याचा बिल्ला होता.

मी सायबाला म्हणालो, ''आपल्या पार्टीत बिगारी म्हणून कामाला द्या म्हणावं त्याला. थोरले सायेब तुमचं ऐकतील.''

सायेब म्हणाला, ''तू गधा है।''

मला खरोखरीच वाटत होते की, काहीही करून ह्या आईला तिचा पोरगा भेटवावा. मग चौकी फोडून त्याला पळवून आणला तरी हरकत नाही. अजून काही गुन्हा शाबीत नाही झाला त्याच्यावर. विट्याच्या इन्स्पेक्टरनेच त्याला निर्दोषी सोडला, तर कोण काय करणार आहे? आमच्या सायबाने मात्र शब्द टाकला पाहिजे.

आम्ही चौघे-पाच जण सकाळी-सकाळी विट्याला निघालो. रामू बरोबर आला. त्याने चांगले धुतलेले कपडे घातले होते. रानात चरणाऱ्या जनावरांना बुजवीत, धुरोळा उडवीत आमची मोटार विट्याला पोहोचली. पोलीस चौकीपाशी सायबाने मला आणि रामूला उतरवले. तो म्हणाला, ''जा रे, कुठं आहे तो पोरगा बघा. मी तासाभराने माघारी येतो.''

मी विचारले, ''सायेब, डी.एस.पी. सायबांना भेटायला जाता?''

साहेब म्हणाला, "तू गधा है."

आणि मोटार निघून गेली.

चौकीवर पहाऱ्याला पोलीस होताच. आधीच तो लठ्ठ होता आणि त्यात ड्रेस मिळाला होता तो वाढत्या अंगाचा.

त्याने विचारले, "कोन पायजे?"

"आत जाऊन आरोपी बघायचेत."

"हुकूम नाही तसा."

"पेशल केश आहे ही. या मुलाचा भाऊ आहे आत. त्याला नुसते भेटायचे आहे."

"हुकूम नाही."

"माझ्या अंगावर ड्रेस आहे."

"असू द्या. या चळवळीत ड्रेस कोन घालेल आणि पोलीस बनून येईल, त्याचा नेम नाही."

"आमचे मोठे साहेब डीसीपींना भेटायला गेलेत. याच्या भावाला वाटाड्या म्हणून पार्टीबरोबर न्यायचे आहे."

त्या बंब्याला खरं वाटले नाही. तो आत गेला आणि टेबलापाशी बसलेल्या आपल्या साहेबाला घेऊन आला.

त्या साहेबांनी माझे बक्कल बघितले आणि आत जाण्याची परवानगी दिली.

मागच्या बाजूला अंधारी पडवी होती. लांबलचक दोन-चार लाकडी दारे होती. त्यांच्यावरून आरोपी बसलेले होते. शाळेतली पाच-सात पोरे होती. रामूला शंकर दिसला. एका बाकावर तो एकटाच गप्प बसून होता. रामूने हाक मारताच उठून जवळ आला. बरोबर ड्रेसवाला पोलीस बघून तो चरकला. म्हणाला, "तू कुणीकडं?"

"तुला भेटायला आलो, परवानगी काढून. कशाबद्दल पकडले तुला?"

"लिंबगावला चावडी जाळली ना, त्याबद्दल." अगदी कानात बोलावे तसा शंकर हळू बोलला.

माझ्यादेखत जास्ती बोलणे झाले नाही.

शंकरने विचारले, "माझी कबुतरं कशी आहेत?"

"झकास आहेत. याच्याबरोबर आलेला गोरा साहेब खायला द्या म्हणत होता, आईने दिली नाहीत."

"तू कबुतरांकडे नीट बघ, दाणापाणी कर. मला मोठी शिक्षा झाली, मी माघारी आलोच नाही, तर ती तुझीच आता."

साहेब एक घंट्याने माघारी आला. कुठं कुणाला ठाऊक, पण तो व्हिस्की

पिऊन आला होता. मला म्हणाला, "चलो मियां, खबुतर पकानेको।"

"पण सायेब, याचा भाऊ?"

"ह्याचा भाऊ कोण?"

"शंकर. त्याला घेऊन जायचे आहे आपल्याला."

"फर्गेट इट."

"पण साहेब, ह्याचा शब्द गेलाय ह्याच्या आईजवळ."

साहेब म्हणाला, "शब्द वगैरे सगळे मान्य आहे. पण पकडलेल्या आरोपीला सोडवून आणणे सोपे नाही. त्याला आता कोर्टापुढे जावे लागेल. साक्षीपुरावे होतील. शिक्षा होईल. मग त्याला येरवड्याला पाठवतील. याचा भाऊ आता पुणे बघेल. काही काळजी नको. खाऊनपिऊन मजेत राहील तो."

आम्ही माघारी वस्तीवर पोहोचलो, तेव्हा रामूची आई आणि बहीण वाट बघत बाहेरच उभी होती. सणावारी नेसतात, तसल्या उत्तम साड्या त्यांनी नेसलेल्या होत्या. रामू मोटारीतने उतरून हळूहळू चालत त्यांच्याकडे गेला.

आम्ही वडाच्या झाडाकडे गेलो.

मी बक्कल, बटणं पॉलिश केली, बुटाला पॉलिश केले. बंदूक साफ केली. हातपाय, तोंड धुतले.

तेवढ्यात रामू वस्तीवरून जेवण घेऊन आला. त्याच्या डोक्यावर कापडानं झाकलेली मोठी पाटी होती.

"काय ते?"

"सायबांनी सांगितले होते, ते जेवण आईने पाठवलेय."

साहेबाने पोटभर खाल्ली तरी अजून सात कबुतरे उरलेली होती. साहेबासाठी रामूच्या आईने ती पाळलेली कबुतरे मारली होती, साफ केली होती आणि तळली होती. चपात्या, अंड्याच्या पोळ्या, खीर, भात असे आणखीही पुष्कळ पदार्थ होते.

कबुतरे खाता-खाता साहेब मला म्हणाला, "याकूब, तू पकाता है, तो जादा टेस्टी होता है।"

मी काही बोललो नाही.

"तुमको खानेका नहीं?"

"साब?"

"इतना सब खा के मैं मर जाऊंगा. तुम भूखा नहीं?"

छ्या, आपल्याला वासनाच नव्हती. इथून पुढं कधी कबुतर तोंडाला लावणार नाही.

सकाळी कँप सोडला. उरलेली कबुतरं कागदात गुंडाळून मी बरोबर घेतली.

का, तर साहेबाला दुपारच्या जेवणाला पाहिजे होती.

जाता-जाता मध्येच मोटार थांबवून साहेब झाड्याला जातो म्हणून पलीकडे असलेल्या उभ्या पिकात शिरला. पीक लांबवर पसरलेले होते.

अर्धा घंटा झाला, घंटा झाला, दीड घंटा झाला; साहेब गेला, तो पाण्यात पडल्यासारखा तिकडेच.

आम्हाला संशय आला. भरल्या बंदुकीनिशी पिकाला वेढा टाकला आणि चालत आत गेलो, तर साहेबाची लाश सापडली. बसल्या ठिकाणीच त्याला कोणी तरी कुऱ्हाडीने खापल्ला होता.

(रामूने?)

तेव्हा आणि पुढे आम्ही पुष्कळ तपास केला, पण काही पत्ता लागला नाही.

(याकूबने सांगितलेली हकिगत.)

■

बाबा रामोश्याची कहाणी

चार वाजून गेले होते, तरीही उन्हाचा चपाटा लागतच होता. माळरानावरच्या पायवाटांनी सायकल मारून ठोंबरे फौजदार दमून गेले होते. त्यांच्या पिंढऱ्या भरून आल्या होत्या, अंग बेसुमार तापून गेले होते, तोंडाला कोरड पडली होती. चारी दिशांना पसरलेल्या माळावर कुठे बसण्याजोगे सावलीचे झाडही दिसत नव्हते आणि तसा बसण्यापुरता वेळही नव्हता. मेंढरे चारीत ह्या माळावर फिरणाऱ्या म्हाकूला आजच्या आज भेटायला पाहिजे होते. सगळी कामगिरीच मोठी अवघड होती; पण महत्त्वाची होती. गेली काही वर्षे सबंध संस्थानात धुमाकूळ घालणाऱ्या बाबा रामोश्याला पकडण्याची ही नामी संधी होती. वाटेल ती किंमत द्यावी लागली, तरी ही संधी घ्यायलाच हवी होती. दरोडेखोर पकडण्याचा ठोंबऱ्यांनी विडा उचलला होता.

माळावर वारा वाहत होता, ऊन पाण्याच्या चुळा अंगावर याव्यात, तशा वाऱ्याच्या झुळका येत होत्या. अजून कुठे मेंढरे दिसत नव्हती. फार मोठा टापू होता. चारीही दिशांना आठ-दहा मैलांशिवाय गाव नव्हते. बाभळी, बोरी, त्रिधारी निवडुंग, मुरमुटी असल्या झुडपांनी भरलेले कुरण आणि त्याच्या आजूबाजूला हा प्रचंड विस्ताराचा, कोरडा ठणठणीत भाग होता. खोलगट भागात तेवढी हिरवळ होती. झुडपे होती.

पुढे झुकून, रेटून पायटे मारीत ठोंबऱ्यांनी टेकाड पार केले आणि पेट्रोल संपल्यावर गाडी बंद पडावी, तसे ते बंदच पडले. सायकल खाली टाकून धापा देत उभे राहिले. कोरडे तोंड उघडून वारा खाऊ लागले. डोक्याची काळी टोपी काढून त्यांनी धोतराचा खोचा सोडला, घामाने चिंब झालेले डोके पुसले, कपाळ पुसले. कोटाच्या आत घातलेला खाकी रंगाचा शर्ट मागे-पुढे भिजून अंगाला चिकटला होता.

एखादी विहिर दिसली, तर कपड्यांसकट आत उडी घेईन, असा विचार मनात येऊन ठोंबऱ्यांनी समोर लांबवर नजर टाकली आणि मळकट जाजमावर शाईचे डाग दिसावेत, तशी माळावर चढणारी मेंढरे दिसली. तांबडे मुंडासे घालून उन्हात तळपणारा धनगरही दिसला.

मग ठोंबऱ्यांना वाटले की, आता सैल पडून उपयोग नाही. नेट धरून धनगर गाठला पाहिजे. त्यांनी खोचा घातला, डोक्यावर टोपी दाबून बसवली.

धुरोळ्यात पडलेली सायकल उचलून पुन्हा टांगेखाली घेतली. दात खाऊन ते सायकल मारू लागले.

माळावर मेंढरे फिरत होती. काखेखाली काठी घेऊन म्हाकू सायकलीकडे बघत होता. ह्या आडरानाला सायकल कुणाची आली असावी, ह्याचा काही अंदाज त्याला येत नव्हता.

काही तरी फसगत झालेली दिसते. सायकलवाल्याला ह्या भागाची माहिती नसावी, परमुलखाचा असावा. वाट चुकून तो रानबहिरा झालेला आहे, असे म्हाकूला वाटले.

दाढेखाली तंबाखूची चिमट धरून तो बारीक नजरेने सायकलकडे बघत उभा राहिला.

थोडा उतार होता. वाराही समोरचा नव्हता. मेंढरे आणि धनगर दिसल्यामुळे अंगात उभारी आली होती. ह्या धनगराशी आता कसे बेताने बोलावे, ही नाजूक बाब कशी काढावी, याचा विचार करीत ठोंबऱ्यांनी सायकल मारली. अंतर कमी-कमी होऊ लागले.

म्हाकूची उत्सुकता वाढली. सायकल जवळ-जवळ आली. माणूस दिसू लागला, तसा काठीवरचा भार काढून म्हाकू सरळ उभा राहिला. त्याने काठी नीट हातात धरली. ह्यो, कोण आहे; कुणाला ठाऊक? काय हेतू मनात धरून आला आहे, कुणाला ठाऊक? कारण वाट सोडून ठोंबऱ्यांनी सायकल म्हाकूकडेच वळवली होती. माळावरून नीट जाता येईना म्हणून ते पायउतार झाले होते आणि सायकलचे ओझे रेटीत म्हाकूकडे येत होते. म्हाकूला वाटले, हा पाव्हणा आता वाट विचारणार. त्याने बाजूला तोंड करून थुंक टाकली आणि मिशा साफ केल्या.

ठोंबरे चांगले उंचेपुरे होते. त्यांचे खांदे रुंद होते. चालताना पाठीत बाक असा कधी येत नसे. त्यांचा चेहराही फार करारी होता. बोलणे ताठ होते. गुर्मी, उद्दामपणा आणि विलक्षण आत्मविश्वास त्यांच्या चेहऱ्यावर दिसे. चालण्यात, बोलण्यात दिसे.

म्हाकूपासून चार वाव अंतरावर थांबून ठोंबऱ्यांनी विचारले, "म्हाकू तूच का?"

आपले नाव ह्या अनोळखी माणसाला माहीत कसे, याचे म्हाकूला आश्चर्य वाटले आणि लगेच काही बला तर आली नाही, या विचाराने तो चरकला. ठोंबऱ्यांना त्याने नीट बघून घेतले. मान हलवली.

"मीच म्हाकू. का?"

“काम होते थोडे.”

एवढे म्हणून ठोंबऱ्यांनी अस्वस्थपणे बाजूला पाहिले. उन्हात उभे राहून, एका हातात सायकल धरून, उभ्या-उभ्या बोलण्यासारखी ही गोष्ट नव्हती.

“वस्ती कितीशी लांब आहे तुझी?”

यावर म्हाकू जास्तीच चरकला.

“का?”

यानंतर द्यायचे उत्तर कठीण होते. उंचावरून धोंडा ढकलून द्यावा आणि पाहत राहावे, तसे ठोंबऱ्यांनी केले. ते धाडकन म्हणाले, “माझं नाव ठोंबरे फौजदार.”

यावर म्हाकूने तोंड उघडले. त्याच्या चेहऱ्यावरचे रंग भराभर पालटले. एकमेकांचा अंदाज घेत दोघेही मिनिट-दीड मिनिट गप्प राहिले.

“वस्ती फार लांब आहे.”

“हां.”

ठोंबऱ्यांनी सायकल खाली पाडली. कोटाच्या खिशात हात बुडवून अर्धा संपलेला विडीचा पुडा आणि पेटी बाहेर काढीत विचारले, “विडी वढतोस का?”

म्हाकूने नकारार्थी मान हलवली.

“तुम्ही वढा.”

मग एक टणक विडी दोन्ही बोटांनी पकडत ठोंबऱ्यांनी म्हाकूला बसायला खुणावले. आपण स्वत: प्रथम बसले. मेंढरांकडे नजर टाकून म्हाकू गुडघे उभे ठेवून बसला. हातातील काठी त्याने समोर आडवी ठेवली आणि दोन्ही कोपरं गुडघ्यांवर ठेवून हात जोडले. ठोंबरे नीट मांडी घालून बसले होते. काडी ओढून त्यांनी हातातच धरून विडी नीट पेटवली. जळती काडी मातीत खुपसली आणि मूठ ओठाला लावून मोठा झुरका घेतला. जळत गेलेली विडी चरचर वाजली. धुराचा घुटका गिळून झाल्यावर, खाली मान घालून बाकी धुराचा फवारा सोडला आणि लगोलग दुसरा धोंडा ढकलला.

“बाबा रामुशी तुझ्या ओळखीचा आहे का?”

ह्या प्रश्नाचे उत्तर द्यायला म्हाकूने बराच वेळ घेतला. मान फिरवून कुठे-कुठे बघितले. खालचे गवत उपटून बाजूला टाकले. जमिनीत रुतलेले चिंचोक्याच्या आकाराचे दोन खडे टोकरून काढले.

तोवर ठोंबरे विडी ओढत होते. टक लावून म्हाकूच्या तोंडाकडे बघत होते. हा धनगर आता काही दडवण्याचा प्रयत्न करीत नाही, आपण नेमका प्रश्न विचारून त्याच्या काळजालाच हात घातला आहे, याचा अंदाज ठोंबऱ्यांना आला.

भुईवर विडी चुमडून ते म्हणाले, ''हे बघ, आता जास्ती बोलणे नको. मला सगळा तपास लागलेला आहे. ह्या कामात तुझी मला मदत पाहिजे. हूं म्हण आणि हातात हात मिळव माझ्या!''

यावरही तो राठ धनगर बराच वेळ गप्प बसून राहिला. त्याच्या मनात काही जोरदार खळबळ चाललेली असावी. मग तो उठून उभा राहिला आणि त्याने उजवा हात पुढं केला. काढून ठेवलेली टोपी डोक्यावर ठेवून ठोंबरेही उठले आणि सामने उभे राहून त्यांनी म्हाकूचा हात हातात घेतला. डोळ्यांत बघितले.

म्हाकू म्हणाला, ''बामणा, छातीचा असलास, तर आता कच खाऊ नकोस. मी माझं इमान दिलं. रामोशी फार बळाचा आहे. त्याच्यापाशी नाना इद्या आहेत. तो बेसावध मिळायचा नाही; मिळाला तरी, तलवार आणि गोफण यांच्या बळावर पंचवीस माणसांची फळी फोडून पाखरासारखा उडून जाईल –''

ठोंबरे सावकाशपणे बोलले, ''बघू.''

''तो जिवंत हाती लागायचा नाही –''

''बघू.''

''तो एकटा नाही. मेला तरी बीमोड होणार नाही. साथीदार सूड घेतील.''

''बघू.''

''तू लेकराबाळाचा धनी आहेस का? घर-प्रपंच आहे का?''

''सगळं व्यवस्थित आहे. मी गेलो तरी कुणी उघड्यावर पडणार नाही.''

''ठीक. हे बघ, मी आधी पुढं होईन. पहिला घाव माझा, त्यातनं वाचला, तर तू बघ –''

होकारार्थी तीन-चार वेळा मान हलवून ठोंबरे म्हणाले, ''ठरले.''

त्याने भाकरीवरून हात काढताच ठोंबऱ्यांनीही भाकरीवर हात ठेवला आणि धनगराकडे नुसते पाहिले, नजरेनेच त्यांनी शपथ उच्चारली.

अमावस्या नुकतीच होऊन गेली होती. सारे आभाळ चांदण्यांनी गजबजलेले होते. थंडीचे दिवस होते. आडरानातून श्वापद जावे, तसा बाबा रामोशी धनगराच्या झोपडीच्या दिशेने निघाला होता. ही वाट त्याच्या पायांखालची होती. आतापर्यंत अनेकदा तेरा-चौदा मैलांचे हे अंतर पायी तोडून तो आपल्या लाडक्या गौरीला भेटण्यासाठी आलेला होता. त्याला कसली धास्ती वाटत नव्हती. छातीतली धास्ती बाजूला काढून ठेवूनच गौरीकडे निघे. तशी शिस्त त्याने मनाला लावूनच घेतली होती. गौरीनेच त्याला ते शिकविले होते. पाळीव मांजरासारखे त्यांच्या अंगाला अंग घासून ती अनेकदा म्हणाली होती, ''माझ्या

मिठीत असा धास्तावलेला का रे वाटतोस आज? कसली धास्ती बाळगतोस सारखी? मला कळतं बरोबर.''

यावर गौरीचा चंद्रासारखा मुखडा दोन्ही हातांनी धरून बाबा म्हणे, ''नाही गं, कसली धास्ती नाही. तुझ्यापाशी असल्यावर सगळं जग विसरून जातो मी. केवढं बळ येतं माझ्या अंगात. तू जवळ असताना, छापा पडला तरी हसत-हसत मरेन.''

यावर आपली दुधाच्या सायीसारखी दाही बोटे टाकून गौरी आपल्या प्रियकराचे ओठ झाकून टाकी. काळेभोर डोळे मोठे करी, ओठाचा चंबू करून मान हलवी.

''असं नाही कधी बोलू!''

तिचे हात हातात घेऊन बाबा म्हणे, ''बरं, नाही.''

मग एखाद्या लहान मुलीसारखी गौरी त्याच्या कुशीत शिरे. गहिवरल्या आवाजात स्वत:शीच बोलल्यासारखी बोले, ''माझ्या देवा, गेल्या जल्मीची पुण्याई माझी, म्हणून तू मिळालास. माझ्या जिवाचं सोनं-सोनं झालं. आता काही सुख बघायचं राह्यलं नाही. शेवटी मरताना तुझ्या पायांवर मरण यावं बघ. (इथं गौरी उठून बाबाच्या पायाला मिठी घाली. धुळीनं भरलेल्या त्याच्या पायांचे आपल्या मऊसूत ओठांनी चुंबन घेई.) मला कधी दूर करू नकोस. माझ्यापाशी आला म्हणजे सगळी धास्ती बाजूला ठेवत जा. अशीही एक जागा असू दे – हितं धास्ती, भीती, काळजी काही काही नको आणत जाऊस. तुला धास्तावलेला बघितला की, खचून जाते मी. मरून जावं वाटतं.

''हिरकण्या माझ्या, माझ्यापाशी येऊनसुद्धा तू मोकळा नाही झालास, तर काय रे माझा उपयोग? माझी काया, माझा लोभ फुकटच नाही का? माझा हा मजबूत, रसभरीत देह फुकटच नाही का? माझ्या ह्या आरत्या काय कामाच्या? माझ्यापासून तुला बळ नाही मिळालं; माझ्यापाशी तुला थंड, शांत नाही वाटलं; तर काय उपयोग माझा? सांग मला, बाबा. सांग –''

गौरी हे इतके कळवळून बोले की, एवढा मोठा बाबा विरघळून जाई. तिला छातीशी घट्ट धरून म्हणे, ''होय गं, होय. ह्या दुनियेत तुझ्यापलीकडं मला खात्रीची जागा नाही. तू रडू नकोस.''

''नाही, रडत नाही मी. माझं डोळं कोरडं आहेत.''

असे किती किती बोलून ती दोघे एकमेकांच्या मिठीत पडून राहत.

अशा पाच-पंचवीस भेटी झाल्या होत्या. बाबाची धास्ती नाहीशी झाली होती. निर्धास्त मनाने तो कुरणातल्या ह्या एकाकी वस्तीवर निघाला होता.

उद्या ढालेगावचा गुरांचा बाजार आहे. म्हाकू धनगर मेंढरे विकण्यासाठी

गेला असेल अन् गौरी एकटीच घरी असेल, हे त्याला ठाऊक होते.

डोक्याला त्याने गुलाबी रंगाचा रेशमी फेटा घातला होता. अंगात मखमली अंगरखा घालून खाली पांढरेफेक धोतर नेसले होते. पायांत वहाणा मात्र नव्हत्या. आवाज होतो, पळायला अडचण होते म्हणून बाबा वहाणा घालतच नसे. त्याच्या तळव्याचे कातडे घट्ट झाले होते. वहाणांच्या सोलात आणि ह्या कातड्यात काही फरकच राहिला नव्हता.

कातडी म्यान असलेली आपली लांब तलवार त्याने खांद्यावर टाकली होती आणि कमरेला गोफण बांधली होती. बंदाची लोंबती पिशवी जानव्यासारखी गळ्यातून घेऊन उजव्या कमरेवर सोडलेली होती. ह्या पिशवीत तंबाखू होती, पातळ टॉवेल होता, लांब पात्याचा चाकू होता आणि पिशवीच्या बुडाशी आंब्याएवढ्या आकाराचे पाच-सात टोळे दगड होते.

ऐन माळावर असलेली वस्ती दोन फर्लांगांवर राहिली, तेव्हा आडरानाने चाललेला बाबा बाजूला वळला. वस्तीच्या उजव्या बाजूला जाऊन एक खोल ओघळ आलेली होती, त्या ओघळीत शिरून तो जाऊ लागला. जंगली प्राण्याची जशी पळण्याची वळणे असतात, तसे हे बाबाचे वळण होते. ओघळीत पाणी नव्हते. झाडेझुडपेही नव्हती. नाही म्हणायला, वर वडाणी-नेपतीची झुडपे मधून-मधून होती. दोन्ही बाजूंच्या मातीच्या डगरींमुळे ओघळीत शिरलेला माणूस वरून दिसत नसे. ही ओघळ थेट वस्तीपावत गेलेली होती. ओघळीत उभा राहूनच झोपडीतला सावट घेता येत असे. नुसते डोके वर काढून सभोवार बघता येत असे. ओघळीत दडून बाबा हुबेहूब टिटवीसारखा आवाज देई. कितीही झोपेत असलेली गौरी त्या आवाजाने जागी होई. सगळे आलबेल असले तर झोपडीत दिवा लागे. नसले तर काळोखातच कवाड उघडल्याचा आवाज येई. गौरी बाहेर येऊन थोड्या वेळाने पुन्हा आत जाई. सामसूम होई.

चरणीवर निघालेल्या रानडुकरासारखा बाबा ओघळीने झोपडीपर्यंत गेला. दरडीवर डोके काढून त्याने झोपडीकडे बघितले. गडद काळोख होता, त्यामुळे झोपडी ठळक दिसत नव्हती. गवताचे छप्पर मात्र अंधूक-अंधूक दिसत होते. सावट कशाचाच नव्हता. गळ्यातल्या गोफात अडकवलेली बोरूची शिटी ओठांत घेऊन बाबा टिटवीसारखा ओरडला.

टिटीव्ऽऽ टीव्ऽऽ, टिटीव्ऽऽ टीव्ऽऽ, टिटीव्ऽऽ टीव्ऽऽ

आणि तोंडात शिटी तशीच ठेवून गप्प झाला.

झोपडीत लागोलाग कंदील लागला. छप्पर आणि भिंत त्यांमधल्या फटीतून पिवळा उजेड दिसला, तसा टापकन उडी घेऊन बाबा ओघळीच्या वर आला, मधले अंतर चुटकीसरशी संपले. कवाड अर्धवट उघडे ठेवून सावळी गौरी

चित्रासारखी उभी होती. तिच्या डोळ्यांत निरांजने पेटलेली होती. बाबाला पाहून तिने दोन्ही हात छातीवर घेतले. मान वेळावून ती खुद्कन हसली. उंबरठा ओलांडून बाबा आत शिरताच त्याच्या गळ्यात पडली. तिच्या मऊसूत केसांवरून, पाठीवरून हात फिरविला. भेटीचा पहिला आवेग ओसरल्यावर बाबाला अंथरुणावर बसवून गौरी लाडे-लाडे मधासारख्या दाट, गोड आवाजात बोलली, "कसा मर्द आहेस, रूपानं राजबिंडा आहेस. चांगला... चांगला आहेस."

बाबा हसून म्हणाला, "खरं?"

"थोडा वाईट असतास तर बरं झालं असतं, इतका ध्यास लागला नसता."

"होय? होऊ का वाईट?"

"म्हणजे कसं?"

"सोपं आहे! येतो म्हणून सांगायचं आणि यायचं नाही –"

लटक्या रागानं गौरी बोलली, "कसा बोलतोय! काही वाटत नाही? सोपी मिळाली का रे तुला मी?"

"तर गं – वाटेलाच सापडलीस –"

"बघ कसा बोलतोय! खरंच तुला माझी किंमत नाही बघ."

"छाती फाडून दाखवू का?"

"माझा गं, माझा –"

पुन्हा घट्ट मिठी पडली. विव्हळून, कण्हून गौरीने बाबाच्या गालांवरून, छातीवरून हात फिरवला. बाबाने जोरात गालगुच्चा घेताच ती ऊंऽ करून ओरडली. फणकाऱ्याने त्याच्या हातावर चापटी मारून ती म्हणाली, "चल, दांडगा कुठला –"

मग तिने भराभर चूल पेटवली. पाणी ऊन करून दिले. बाबा हातपाय धुतो आहे, तोवर अन्न ऊन करून जेवायला वाढले. लखलखीत पितळी मांडली. लखलखीत लोटा भरून ठेवला. मिरच्यांचा ठेचा, अंड्याचे कालवण, अंड्याची पोळी, चपात्या, कांद्याच्या ओंजळभर फोडी असे फर्मास जेवण होते. घोंगड्याची घडी बुडाखाली घेऊन बाबा जेवायला बसला. गालावर हाताचा मुटका टाकून गौरी जवळ बसून राहिली.

बाबाने दोन-तीन घास चाखत-चाखत खाल्ले. गौरीच्या स्वयंपाकाची तारीफ केली आणि लगेच तो मन लावून जेवू लागला. भराभर घास घेऊ लागला.

तशी गौरी म्हणाली – "हां, दमानं जेवा आता. भराभर उरकून लगीच पळायचा विचार दिसतोय!"

यावर घास भरलेल्या तोंडानेच बाबा हसला.

"हसण्यावारी नेऊ नका – मी नाही लवकर जाऊ द्यायची हं –"

घास गिळून झाल्यावर बाबा हसत-हसत म्हणाला, "थांब, आज चांगली उन्हं वर येईपर्यंत हलत नाही इथनं."

यावर दोन्ही हातांची आरती ओवाळून गौरी म्हणाली, "उजेड!"

तिचे ते हावभाव बघून बाबाला भलतंच हसू आलं. ठसका लागला, तेव्हा पाण्याचा गडू घाईने पुढं करून गौरी म्हणाली, "पाणी प्या आधी! कशाचं एवढं हसू आलं, कुणाला ठाऊक!"

रात्री बाराच्या सुमाराला गौरीनं विचारलं, "जायचं आता?"

बाबा म्हणाला, "छे, जाईन पहिलं कोंबडं ओरडल्यावर!"

"बाई गं – लईच धीट झालाय अलीकडं!"

कोंबड्यानं पहिली बांग दिली. आतापर्यंत दोघांमधले कोणीच झोपले नव्हते. एकमेकांच्या मिठीत पडून दोघेही किती तरी बोलत राहिली होती. बाबा कमी बोलला होता, गौरीच जास्त बोलली होती.

बाबाच्या गळ्यात पडून रडून-रडून ती म्हणाली होती, "मला घेऊन चल आता एकदा. उघडपणानं तुझी बायको म्हणून मला राहायचं आहे. तुझी अंगरखी धुवायची आहेत... रोज-रोज तुला गोडधोड करून घालायचं आहे.

"माझं काही-काही झालं नाही रे. ना कळती होते, तेव्हा लग्न झालं. नवरा म्हणजे कोण, हे कळायच्या अगोदरच तो मरून गेला. वनवाशी, उघडी पडले.

"ह्या म्हाकूनं आधार दिला. खाऊ-पिऊ घालतो, साडी-चोळी घेतो; पण हे वांझोटं जगणं नको-नको वाटतं मला. काही न होता अशीच कशी मरून जाऊ? पोटाला मिळालं, सावली मिळाली, म्हणजे सगळं मिळालं का?"

बाबा म्हणाला, "माझं हे असलं... दोन-दोन महिनं मला घर दिसत नाही. रानावनात, डोंगरात राहणारा मी –"

"असू दे. मी तुझ्याबरोबर सावलीसारखी हिंडेन. राहा म्हणशील तिथं राहीन. पण तुझी म्हणून राहीन –"

"गौरे, पुढच्या आमुशाला मी तुला घेऊन जाईन."

यावर उल्हसित होऊन गौरीने त्याच्या पायांना घट्ट मिठी घातली होती.

बाबाने सगळी तयारी भराभर केली. 'जातो गं, जातो गं' म्हणून गौरीचा निरोप घेतला. त्याच्या गालांवरून हात फिरवून गौरीने आलाबला घेतला. बाबा बाहेर पडला. नादात चालू लागला. त्याच्याकडे उशिरापर्यंत बघत राहून गौरीने कवाड लावून घेतले. कंदिलाला निरोप दिला.

आता ओघळीने जाण्याएवेजी सरळ रानाचेच जावे. ह्या ऐन झोपेच्या अमलात कोणी ह्या माळाला येणे शक्य नाही, अशा विचाराने बाबाने पाय उचलून टाकायला सुरुवात केली. उघड्या माळावर गारठा झोंबत होता. भराभर पाऊल टाकल्याशिवाय अंगात ऊब येणार नव्हती.

एवढ्यात उजव्या बाजूला पार खाली बॅटरी चमकली. बाबाच्या काळजात धस्स झालं.

धोंड्यासारखा तो जागच्या जागी उभा राहिला. नीट निरखून पाहू लागला. शांत रात्र! अजून चांदण्या चमकत होत्या. रान फार भेसूर वाटत होतं. काही तरी घडणार, असा ताण मनावर आला. आणखी एक बॅटरी लागली, पलीकडे आणखी एक लागली.

घात झाला!

लगोलग कमरेची गोफण सोडून बाबाने तलवार खाली ठेवली. पिशवीतला गोटा काढला आणि त्या उजेडाच्या दिशेने भिर्रऽऽ भिर्रऽऽ गोटे सोडले. पण उजेड तसेच, तिथेच पेटत राहिले आणि तिसरीकडून आवाज आला, गोफण-गुंड्यासारखीच शिवी आली, शब्द आले –

"आता जिवंत नाहीस जात तू! धरा भडव्याला –"

अचानक कोंडीत सापडल्यामुळे बाबा क्षणभर बावरून उभा राहिला, पण दुसऱ्या क्षणी त्याने पाठ फिरविली. तलवार घेऊन तो डावीकडे वाऱ्यासारखा पळाला आणि हां-हां म्हणता त्याने ओघळीत उडी घेतली.

पण त्याचे हे नेमके वळण म्हाकू धनगराला माहीत होते. हातात भाला घेऊन तो सज्जच होता. रामोश्याने ओघळीत उडी घेताच पळत्या रानडुकरावर फेकावा तसा त्याने भाला भेकला.

भाल्याचा लखलखीत फाळ पाठीत घुसताच वेदनेने रेकून बाबा गुडघ्यांवर कोसळला.

मागून म्हाकूची शिवी कानांवर आली. तो आवाज बाबाने ओळखला. त्या तिरमिरीत तो ओरडून म्हणाला, "धनगरा, तुझ्या हातानं मरण्याइतका हलका गडी नाही मी –"

आणि उफराट्या हाताने त्याने पाठीतला भाला उपसून टाकला. अवसान घेऊन तो दोन पायावंर उभा राहिला आणि मनोमनी खंडोबाचा येळकोट गाजवून पळू लागला. भाला रुतला होता तेथून रक्ताचे पाट वाहत होते.

सरळ ओघळीनेच धावत गेला असता, तर बाबा आयता शिपायांच्या जाळ्यात सापडला असता. पण तो हुशार रामोशी लगोलग ओघळीतून वर आला आणि उलट्या दिशेने पळू लागला.

'गेलाऽ गेलाऽ धरा –' अशा आरोळ्या उठल्या. लांडग्यामागे कुत्री लागतात, तसे शिपाई मागे लागले आणि बाबा वाऱ्यासारखा सुटला. पाठीतल्या घावाचे त्याला भान राहिले नाही. लोंपाट सुरू झाला.

हातची शिकार गेली म्हणून ठोंबरे बेभान झाले. घसा खरवडून शिपायावर ओरडू लागले. जीव खाऊन स्वत: पळू लागले.

बाबा फार लांबला नाही.

टपाल घेऊन तालुक्याला येणारा सांडणीस्वार मध्येच आडवा आला. 'धरा, गेलाऽ गेलाऽ...' अशा आरोळ्या येताच इमामभाई उंटावर पेंगत होता, तो सावध झाला. डोळे फाडून त्याने बघितले. बाबा आडवा पळत होता. उंटावर खोचून ठेवलेली कुऱ्हाड काढून इमामभाईने अनमानधपक्याने फेकली, ती नेमकी उजव्या पिंढरीवर लागली. बाबाच्या पिंढरीचा गोळाच तुटला आणि तोडल्या झाडासारखा तो धुरोळ्यात पडला. पडला तरी हातांवर पालथा रांगला, घोरपडीसारखा. चार वाव सरपटला; आणि मग मात्र निष्प्राण होऊन पालथाच पडून राहिला.

इमामभाई चकित झाला. सहज कुऱ्हाड फेकली काय आणि दरोडेखोर पडला काय – सगळंच भयंकर! ठोंबऱ्यांनी येऊन इमामला मिठी घातली.

उजाडेपर्यंत बाबा त्याच जागी पडून होता. त्याने डोळे मिटले होते. सभोवार कडे करून शिपाई, फौजदार, सांडणीस्वार, म्हाकू बसलेले होते. मधे एकदा डोळे उघडून त्याने पाहिले.

ठोंबरे जवळ येऊन म्हणाले, "बाबा, तुझ्या बायकूला काय सांगू दे?"

विझत चाललेले बाबाचे डोळे लखलखले; पांढरे पडलेले, सुकलेले ओठ हलले. काय बोलायचे होते, कुणाला ठाऊक. शब्द बाहेर पडले; पण नुसता आवाज कळला, अर्थ कळला नाही.

दिवस उगवताच शिपायांनी बाबाला गाडीत घालून तालुक्याला चालवला. मैल-दीड मैल जाईतोवर धुगधुगी होती. मग गाडीतच मेला.

कचेरीपुढे गाडी आली. मुडदा बघायला सगळा गाव लोटला. मारलेला वाघ बघावा, तसा लोकांनी बाबा बघितला. ठोंबरे फौजदाराची सर्वांनी तारीफ केली.

ठोंबऱ्यांना पगारवाढ झाली. शिपायांना बक्षिसं मिळाली. सांडणीस्वाराला सरकारनं तलवार बक्षीस दिली. म्हाकूचे नाव बाहेर आले नाही. तसे त्याने ठोंबऱ्यांकडून कबूल करून घेतले होते. झाल्या गोष्टीनंतर आठ-दहा दिवसांत म्हाकूने माळावरची वस्ती सोडली. तो गौरीला घेऊन कुठे गेला, हे कुणाला कळले नाही.

पुढे तीन महिन्यांनी ठोंबरे फौजदाराची बदली झाली. बदलीच्या गावी – सोनगावला – एकदम सगळे बिऱ्हाड-बाजले उचलून जाणे जिकिरीचे होते. बायको दिवसांत होती, म्हणून ठोंबरे एकटेच गेले. जागा मिळाल्यावर सावकाशीने बिऱ्हाड हलवावे, असा त्यांचा मानस होता.

सोनगावला गावओढ्याच्या बाजूला त्यांना मोठे घर मिळाले. जुनापुराणा वाडा होता. मालकाचा वंश वाढलेला नव्हता. तो शहरगावी काही धंदा करीत होता.

ह्या भकास, जुन्या वाड्यात वावरताना ठोंबऱ्यांना फार एकटे वाटू लागले. असे पूर्वी कधी त्यांना वाटले नव्हते. शांतता, विस्तार, अंधार, जुनाटपणा ह्या गोष्टींची त्यांना भीतीच वाटू लागली. उरावर कसले तरी दडपण आले. रात्री नीट झोप लागेना. मधेच दचकून ते जागे होत आणि अंधारात डोळे लावून पडत.

हा वाडा काही चांगला नाही, इथे बिऱ्हाड करू नये, असे त्यांना वाटे. पण दिवसा-दुपारी त्या विचाराची लाज वाटे. आपल्यासारख्याने ह्या गोष्टी मनाला लावून घ्यायच्या म्हणजे काय? मुलेबाळे आली म्हणजे हेच घर गजबजेल, घरात लक्ष्मी नांदेल, असे मनाशी म्हणून ते भीती झटकून टाकत; पण ती गेली नाही. पोटात ट्यूमर वाढावा तशी ती मनात सारखी वाढू लागली. तिनं ठोंबऱ्यांना घेरून टाकले. ह्या भीतीचे नक्की निदानही त्यांना होईना. कुणापाशी बोलण्याचीही लाज वाटू लागली. घाणेरडा आजार लपवावा, तशी ही भीती लपवून ते वागू लागले.

रात्री झोपताना भरलेली बंदूक अंथरुणाजवळ ठेवून झोपू लागले. दरवाज्याला, दारांना कड्या घातल्या आहेत का, हे वरचेवर पाहू लागले. कंदील मालविल्याशिवाय त्यांना पूर्वी झोप येत नसे; पण आता ते बारीक कंदील उशाशी ठेवू लागले. वाड्याला मोठे परसू होते. ओढ्याकाठच्या बाजूला असलेल्या ह्या परसात जुनीपुराणी झाडे होती. गवत माजलेले होते. ह्या झाडावर बसून एक घुबड रात्रीचं ओरडत राही. ते मारून टाकलं पाहिजे, असा विचार रोज मनात येऊनही ठोंबऱ्यांनी बंदूक उचलली नाही. घरात पाकोळ्या फार होत्या. संध्याकाळ झाली, अंधार झाला की, त्या आवाज न करता ह्या दालनातून त्या दालनात फिरत राहत. त्यांच्या घाणीचा वास सगळ्या वाड्यात कोंडून राहिलेला होता.

परसात चांगल्या घडीव दगडांनी बांधून काढलेली भली मोठी विहीर होती. नासक्या हिरवट पाण्याने भरलेल्या ह्या विहिरीत कधी तरी कुणी जीव दिला असावा, असं ठोंबऱ्यांच्या मनाने घेतले होते. विहिरीचे पाणी ते वापरीत नसत.

शिपाई ओढ्याचे पाणी आणून भरून ठेवी. ह्याच शिपायाला रात्री झोपायला येत जा सांगावे, असे ठोंबऱ्यांच्या मनात अनेकदा आले. पण घुबड मारणे झाले नाही, तसे हे सांगणेही झाले नाही. हा चौसोपी वाडा ते हट्टाने वापरत राहिले.

एके दिवशी रात्री ठोंबरे फौजदार वाड्याच्या मोरीत उंदीर मेल्यासारखे मरून पडले. दरवाज्याला कडी नव्हती. त्यांची भरली बंदूक जागच्या जागी होती. अंथरूणही तसेच होते. मोरीत पडलेल्या ठोंबऱ्यांच्या अंगावर शस्त्राच्या काही खुणा नव्हत्या. गळ्यावरही काही बोटांच्या वगैरे खुणा नव्हत्या. ठोंबरे कशाने मेले, हे कळले नाही.

लोक म्हणाले,
बाब्यानं सूड उगवला –

■

जना

रेल्वेतून उतरलो. माझ्याबरोबर बरीच वर्षे काम केलेला नारायण बरोबर होता. त्याने टेपरेकॉर्डरची पेटी बंदोबस्ताने उतरवली. सामानसुमान उतरले. कुठे खेडेगावी रेकॉर्डिंगसाठी जायचे म्हटल्याबरोबर नारायण खुशीत असे. तो मूळचा खेड्यातला. बरीच वर्षे शेतीभाती केलेला होता. त्यामुळे कोणत्याही खेड्यात गेल्या-गेल्या तो माणसे आपलीशी करून घेई. रेडिओचे साहेब येणार म्हणून दबून गेलेली मंडळी लगेच मोकळी होत. हे साहेब आपल्यांतलेच आहेत, असे वाटून त्यांचा बुजरेपणाही अगदी निघून जाई.

रेल्वेचे स्टेशन लहानच होते. आम्ही दोघे आणि चार-दोन माणसे उतरली. स्टेशनबाहेर येताच एक छकडा सोडलेला दिसला. छकड्याचा धनी विडी ओढत, छकड्याच्या दांड्यावर बसलेला दिसला. त्याचा बैल शेपटाने गोमाशा मारीत पुढ्यातली वैरण घाईने खात होता. जणू काही गाडी आली, आता निघावेच लागणार, हे त्याला कळले होते.

आम्ही दिसताच छकडेवाला उठला आणि जवळ येऊन म्हणाला, ''रेडिओचं सायेब का?''

''होय. का?''

''तुमाला गावात न्ह्यासाठीच पाठिवलंय मला.''

''किती लांब आहे गाव?''

''ह्या हितं हाय, चार मैलांवर. त्यो डोंगूर दिसतोय ना, त्याच्या पायथ्याशीच.''

छकड्यातून मशीन नीट जाईल का, ही शंका नारायणला आली असावी. त्याने विचारले, ''वाट बरी हाय का?''

''हाय आपली साधारनच!''

''कच्ची? धडधड हाय का?''

''हायच की. पण मी नेतो बैजवार तुमाला.''

''आमचं न्हवं हो, हे मशीन मला आता मांडीवर घेतलं पाहिजे. वाट बरी नसली की, त्याला दत्तक घ्यावं लागतं....''

शेवटचा झुरका मारून विडी विझवणाऱ्या छकडेवाल्याला हसू आले. त्याला काही तरी शंका आली असावी, असे त्याच्या तोंडावर दिसले.

त्याने घाईने छकडा जुंपला. आमचे सामानसुमान रचले. मशीन मांडीवर घेऊन

छकडेवाल्याच्या मागेच नारायण बसला. मी बसलो आणि प्रवास सुरू झाला.

वाट ओसरावी म्हणून काही तरी बोलणे काढायला हवे होते.

नारायणाने विचारले, ''नाव काय तुमचं?''

''इमाम.''

''आन् बैलाचं?''

''गुलाबराव.''

''हाच धंदा, का शेती आहे?''

''हाये पोटापुरती. धंदाबी करतो हा.''

इमाम सारखा वळून नारायणकडे बघत होताच. शेवटी धीर करून त्याने विचारले, ''जानबा-जानबा म्हणून रेडिओवरून बोलता, ते तुमीच का हो?''

''छे, तो दुसरा!''

''न्हाई, तुमीच. आवाज अगदी थेट वळखला मी. व्हय की न्हाई?''

''व्हय... व्हय, मीच!''

मग मात्र इमामला चांगलेच हसू आले. गुलाबरावला दटावून त्याने छकडा मोटारीसारखा सोडला.

डोंगराच्या कुशीत वसलेले वाघदरवाडी हे गाव चांगले टुमदार होते. वस्ती काही फार नव्हती. बारा-पंधराशे असावी. गावात टुमदार कौलारू घरे होती. गावाच्या चारी बाजूंना हिरवीगार शेतीभाती होती.

गावाबाहेर असलेल्या लहानशा शाळेत आम्ही उतरलो होतो. तीन खोल्यांची ही शाळा गावाने विकासयोजनेत बांधलेली होती. दिवसभर हे रेकॉर्ड कर, त्याची मुलाखत घे, असे काम झाले. बरेच हिंडणे-फिरणेही झाले.

संध्याकाळी गावातली चार-दोन पोरे आमच्या संगतीला होती. तरुण पोरगाच गावाच्या नभोवाणी शेतकरी मंडळाचा सेक्रेटरी होता. इकडल्या-तिकडल्या गप्पा निघाल्या. त्यात हा पोरगा म्हणाला, ''आमच्या गावात एक जना तेलीण आहे. तिची मुलाखत घ्या, साहेब.''

''का, तिने विशेष काय केले आहे का?''

''तिचा धंदा चेटकिणीचा आहे.''

आबा पाटील सहज बोलतोय, हे माझ्या आता ध्यानात आले. हे बोलणे कामाधामाचे नाही, असे म्हटल्यावर वाद सुरू झाला.

''खरं म्हणता काय पाटील?''

''उद्या तुम्ही तिला भेटा, मग झालं?''

''गावातच राहते का?''

''पहिली गावातच राहत होती. पण आमच्या चुलत्यानं बडिवल्यापासनं डोंगराच्या

पायथ्याशी वस्ती घालून राहिली.''

''बाईमाणसावर हात टाकला पाटलांनी?''

''तशी गोष्टच झाली. आमचा चुलता स्वभावानं फार तापट. कुणी काही आगळीक केली की, धरून मारायचं – असा खाक्या. अंगात ताकद भारी होती. गडी अगदी वाघासारखा होता बघा.

''तर, ती जना तेलीण – तिच्यापाशी चेटूक होतं. गावात सणासुदीला पोळ्या झाल्या की, कुणाच्या तरी दुरडीतल्या पोळ्या कमी व्हायच्या. मग ती बाई म्हणायची, पोळ्या नेल्या जना तेलणीनं. मग सगळे घाबरायचे. वाकुडपणा धरला तर जना इथलं काही तरी वाटुळं करील, अशी भीती सगळ्यांना वाटायची. उभं गाव तिला भ्यायचं.''

''तिचं घर कुठं होतं? घरातली माणसं काय म्हणायची?''

''कशाचं घर हो? अशा माणसाचा वंश वाढत नाही. ह्या जनाला पोरबाळ कोणी नव्हतं. दादलाबी मरून गेला. मग ही एकटीच भुतासारखी घरात असायची. एका काळा बोका अन् ही. बाहेर कधी पडायची नाही. पाणी भरायचं भल्या पहाटे, नाही तर रात्री. एखाद्या जंगली जनावरासारखी राहायची बगा.''

''पण कुणाचं वाईट केलं होतं का तिनं? का गाव उगीचच भीत होतं?''

''नाही हो. त्या रामू शिंद्याचं रानातलं आंब्याचं झाड एका रात्रीत वाळून गेलं. ह्या बाईनं मूठ मारली!''

''म्हणजे?''

''एखाद्या माणसाला जिवे मारायचे असले म्हणजे 'मूठ' मारतात. ती मूठ आधी चालवून बघण्यासाठी झाडावर मारून तपासतात.''

''असं!''

''असल्या बारा भानगडी केल्यात ह्या बाईनं. त्या गुणानंच तिला असे दिवस आलेत.''

''बरं, ते राहिलंच. तुझ्या चुलत्यानं कशाबद्दल मारलं होतं जनाला?''

''त्याची अशी गोष्ट झाली बघा – सगळीकडं रानात खळी चालू होती. जनाचं एक रान होतं पंधरा एकर. पण त्यात तिला मुबलक धान्य पिकायचं. ज्वारी, तूर, मटकी अपरंपार यायची तिला. हे रान तटी डोंगरावरच्या एका धनगराला बटईनं लावलेलं होतं.

''लोक म्हणायचे, आम्ही एवढे कष्ट करतो, इतकी चांगली आमची रानं, पण आम्हाला जेवढं पिकतं, त्यापेक्षा दुप्पट ह्या बाईला कसं पिकतं? ती चेटूक करते. दुसऱ्याच्या खळ्यातलं धान्य पळवते.''

''बरं, मग?''

''मग एका साली आमची खळी चालू झाली. जनाच्या रानाशेजारी आमचं रान होतं. त्यात ज्वारीचं खळं होतं. उद्या रास मोजू, म्हणून गड्यानं ज्वारीचा ढीग तसाच ठेवून तो खळ्यापाशी झोपला. आणि सकाळी ज्वारीचा ढीग कमी दिसला. माझ्या चुलत्यानं हे बघितलं. त्याला शंका आली. जना तेलीण धान्य नेतीय, अशी शंका आली. पण तो काही बोलला नाही. माणूस पाठवून वाण्याच्या दुकानातनं रंग आणला तांबडा आणि एक पायलीभर ज्वारी तांबड्या रंगानं रंगवून राशीत मिसळून टाकली.

''पुन्हा सकाळी राशीचा ढीग कमी दिसताच हातात टिक्कारणे घेऊन जनीचं घर गाठलं आणि तिच्या घरातलं ज्वारीचं पोतं उघडून बघितलं, तर त्यात तांबडे दाणे मिळाले. मग काय, फार राग आला चुलत्याला आमच्या. मरस्तंवर मारली जनाला. ती पाया पडून-पडून म्हणत होती – माफी करा. मग आमच्या चुलत्यानं तिला ताकीद दिली, खबरदार! तुझी विद्या माझ्यावर चालवशील तर, गोळी घालीन!''

मग जनानं गाव सोडलंच. ती रानातच राहू लागली.

''मी असल्या हकिगती ऐकल्या आहेत, पण प्रत्यक्ष बाई कधी पाहिली नव्हती. उद्या सकाळी त्या जनाकडे जाईन मी.'' मी म्हणालो.

''छ्या, छ्या! कशाला हो तसल्या बाईचं दर्शन घेता? नसती पिडा. जाऊ नका. काही तरी होऊन बसंल आणि उभ्या गावाला ठपका येईल.''

मी तात्पुरते बरे म्हटले आणि झोपलो. पण मनाशी विचार केला होता की, सकाळी लवकर उठून फिरायला म्हणून बाहेर पडायचे आणि जनाची झोपडी शोधून काढायची. ह्या चेटकिणीबरोबर चार गोष्टी बोलायच्या.

सकाळी गेलो. डोंगर जवळ दिसत होता. पण तसा होता बराच लांब. आतल्या रानातच जनाची झोपडी होती.

मातीच्या भिंती आणि वर काडाचे छप्पर अशी झोपडी होती. पुढं सारवलेलं अंगण, पाण्याचा रांजण, लिंबाचे झाड, त्याच्याभोवती लहानसा पार होता.

मी गेलो तेव्हा जना उगीच कुठे तरी बघत बसून राहिलेली होती.

फार म्हातारी दिसली. डोळे मात्र नको असे होते... मोठे, बटबटीत, पिंगळ्याच्या डोळ्यांसारखे.

मी जवळ गेलो आणि विचारलं, ''जना तेलीण तुम्हीच का?''

जना म्हणाली, ''व्हय. का?''

''मी परगावचा माणूस आहे. गावात तुमच्याबद्दल कळलं, म्हणून मुद्दाम भेटायला आलोय. तुमची ही विद्या मला शिकवाल का?''

तिचे शरीर, आवाज बघून मला वाटेना की, ह्या बाईपाशी काही वाईट विद्या

असेल. तरीपण चौकशी करायला काय जाते?

"कसली इद्या, बाबा?"

"हीच – जादूटोण्याची."

म्हातारी मान हलवून म्हणाली, "काही इद्या नाही बाबा माझ्यापाशी. कुणी सांगितलं तुला?"

"सगळ्या गावानं सांगितलं. आजीबाई, मी तुम्ही म्हणाल तेवढा पैसा देतो, पण मला ही विद्या शिकवा –"

"हे बघ, गावातलं कोणी येत-जात नाही माझ्याकडं. भुतासारखी हितं राहते. आज तू कोणी परगावचा आला आहेस. विचारतोस, तर सांगते बाबा. कशाची शपथ घेऊ म्हणजे तुला खरं वाटंल?"

"शपथ कशाला? इतक्या म्हातारपणी आता तुम्ही खोटे कशाला बोलाल?"

म्हातारी कळवळून म्हणाली, "माझ्यापाशी कसली इद्या नाही, बाबा. सगळा कर्माचा खेळ आहे."

"इतकी वर्षं गाव कसं फसलं मग –?"

"माझा हात लहानपणापासनं वाईट. लोकांचं उचलून घरी आणायचं, चोरी करायची. हात हलका, अंग हलकं. केव्हा आले आणि केव्हा गेले, याचा पत्ता नाही लागायचा बघ. मांजरीसारखी चपळाई.

"लोक म्हणायला लागले, हिच्यापाशी चेटूक आहे. मी म्हणाले, आहे तर आहे! माझ्या लेकरा, खरं काही नाही हं."

मी चकितच झालो. म्हातारीचा स्वर खोटा वाटत नव्हता.

"मग इतके दिवस अशी वाळीत का ऱ्हायलीस?"

"खरं सांगितलं असतं, तर कोणी माझं ऐकलं नसतं, बाबा. मारून घातली असती मला."

"मग शिंद्यांचा आंबा कसा जळला?"

"मला काय माहीत? कीड लागली असेल!"

"आणि पाटलाच्या राशीतले जोंधळे तुझ्या पोत्यात आले ते?"

"सगळं सांगितलंय म्हण की तुला लोकांनी! हे बघ, माझी नजर वाईट-वाईट होती. मी कशाकडं बघितलं आणि मनात आणलं, ती वस्तू बिघडायची बघ.

"धार काढताना मी बघत उभी राहिले, तर ते दूध नासायचं – का मला देवानं अशी नजर दिली होती, कुणास ठाऊक.

"मी शिंद्यांच्या आंब्याकडं डोळे भरून बघितलं होतं. असं झाड आपल्या गावात नाही, असं म्हटलं होतं. खोटं का बोलू?

"आणि गड्याला झोप लागल्यावर मी पाटलाच्या राशीतलं जोंधळं आणलंच

होतं चोरून. सावलीसारखी गेले आणि जोंधळं घेऊन आले, कुणाला पत्ता नाही लागला –''

''मग लोक म्हणतात ते खोटंच – उगीचच गाव सोडावं लागलं, म्हातारे तुला. लोकांनी खोटेनाटे आळ घेऊन छळली तुला!''

''नाही बाबा, मी वाईट होतेच, तर लोकांस्नी कशाला नावं ठेवू? माझ्यासारखी बाई अशीच मरायची.

''नाही पोर, नाही बाळ, नाही सणसूद. दिवाभीतासारखं जिणं –''

''पण हे कळल्यावर नीट वागायचं.''

''पहिल्यांदा गोड वाटलं सगळं – पुढं पश्चात्ताप झाला; पण काय उपयोग?''

''मी सांगू का हे गावाला?''

''नको बाबा. माझ्या गळ्याची शपथ आहे तुला. तुझ्या सांगण्यावर कुणी विश्वास ठेवणार नाही. उलट, ह्या म्हातारीला सामील झाला म्हणतील. आल्या वाटनं जा आपला. इद्या माझ्यापाशी नाही.''

मी मुकाट्यानं परत आलो. दिवसभर म्हातारीचा केविलवाणा चेहरा डोळ्यांपुढून हलला नाही. तिने सांगितले, हे खरे वाटले होते. पण ह्या बाईने सुखासुखी आपले सगळे आयुष्य असे विटाळलेल्या पाखरासारखे का काढले?

रेकॉर्डिंग संपवून परत पुण्याला आलो. बॅटरीवर चालणाऱ्या टेपरेकॉर्डरवर सगळे घेतलेले होते. ह्यातून संकलन करून अर्धा तास कार्यक्रम व्हायला हवा होता.

दुसऱ्या दिवशी कंट्रोलरूममधून धावतच नारायण आला आणि मला म्हणाला, ''आपले सगळे श्रम वाया गेले.''

''का?''

''रेकॉर्डिंग मुळीच चांगलं नाही. एक शब्दसुद्धा धड ऐकू येत नाही.''

''म्हणजे? तिथं आपण हेडफोनवर ऐकलं होतं, तेव्हा ठीक आहे, असं वाटलं होतं.''

''काहीही ठीक नाही. सगळं रेकॉर्डिंग वायाच गेलं आहे – पुन्हा त्या गावाला जाणं आलं आपल्याला.''

मला सेक्रेटरीचे शब्द आठवले, ''नका जाऊ त्या बाईला भेटायला –''

■

एक होते टिळेकर – त्यांच्यासंबंधी

मी चकित झालो.

"टिळेकरांना –? आणि चाळीतल्या गुंड पोरांनी मारले?"

शेजारी म्हणाला, "हो. मी ऐकला ना आरडाओरडा. 'मेलोऽ मेलोऽऽ' म्हणून केवढ्यांदा ओरडले टिळेकर. आम्ही दोघंही जागे झालो. एकवार वाटले, बाहेर यावे. पण म्हटलं, आपण कशाला भानगडीत पडा? काही तरी दारूभट्टीची भानगड असेल. आमची ही म्हणाली, मरू द्या तिकडं. ऐकतो, तर हे! तुम्ही नाही जागे झालात?"

"मी काल तीन वाजता घरी आलो. तालमी चालल्यात नाटकाच्या."

"तरीच."

"पण टिळेकर त्यातला माणूस नाही. कारण काय मारायचे?"

"काय बुवा, म्हणे तसेच रात्री हिंडत होते –"

"टिळेकर?"

"म्हणतात पोरं; खरं-खोटं ईश्वर जाणे. अंगात काय, नुसता अर्ध्या बाह्यांचा शर्ट म्हणे. खाली काही नाही – तसेच!"

"हं?"

"कुणी पोरांनी पाहिलं आणि बेदम मार दिला. कोण सोडवणार? एवढा मोठा माणूस. त्याने मुकाट्याने मार खाल्ला. मुश्कील आहे हो. मला वाटायला लागलंय, काही सिक्युरिटीच राहिली नाही. आपण दिवसभर कामधंद्याच्या निमित्ताने बाहेर. घरी बायको-मुलं एकटी. छे, टेरिबल!...."

एवढं बोलून शेजाऱ्याने बादली-तांब्या उचलला आणि तो नळावर गेला.

खोलीचे कुलूप काढून आत आलो. पहिली दृष्टी गेली ती समोरच्या दाराकडे. टिळेकरांच्या आणि आमच्या रूममध्ये फक्त दार होते. ते उघडायची सोय नव्हती. पलीकडून भलं मोठ्ठं कपाट बंद दाराला लावलेले. मला नेहमी वाटायचे, हे टिळेकर एकटेच राहतात; कधी-कधी मधलं दार उघडं टाकले, तर खोलीत छान वारा येईल. पण दाराची फटसुद्धा कधी मोकळी राहत नव्हती.

मला राहवले नाही. बंद दाराशेजारी जाऊन दोन मिनिटं उभा राहून आवाज घेतला. पण कण्हणं वगैरे काही ऐकू आले नाही.

माझ्या मी उद्योगाला लागलो. उद्योग कसला म्हणा, रविवार तर होता. सुट्टीचा

दिवस. आपला पडून राहिलो, पण अस्वस्थ वाटायला लागले. काहीही झाले तरी शेजारधर्म होता. चौकशी करणे जरूर होते. इथं मुंबईत कोण कुणाची चौकशी करतो म्हणा! पण टिळेकर फारच एकटा माणूस. कधी कुणाच्या अध्यात नाही, मध्यात नाही; असा. चाळीत राहून आहे का नाही, असा. ह्याला कोणी मायेचं नसावं. असलं तरी सर्वांनी टाकून दिला असावा. तसाच दिसायचा. कुठं जेवायचा, कुठं खायचा; कुणास ठाऊक! काम कुठं करायचा, तेही कळायचं नाही. पण नादी. वाचन, नाटक बघणं, चित्रपट बघणं चाललेलं असायचं. सगळ्यांतलं कळायचंही बरं.

गृहस्थ राहायचा मात्र अगदीच बेंगरूळ. रेल्वेत कामाला असावा, असे वाटायचे. अंगात नेहमी मळकट अर्ध्या बाह्यांचा शर्ट. खाली ड्रिलची आखूड पँट, तीही बरीच मळलेली. गुडघे पुढे आलेली अशी. पायात ब्राऊन रंगाचे कॅनव्हासचे बूट. पुढं पायांपाशी फाटलेले. दात वाईट, पण चेहरा हसतमुख. खरं तर दात चांगले नसल्यावर तोंड उघडून हसावं कशाला? पण टिळेकरांना त्याचं काही नसायचं. ते आपले चक्क हसायचे. बोलणे मात्र भलतंच जबरदस्त. बोलल्यावर कळायचं की हा गृहस्थ चांगल्या कुळातला, चांगले संस्कार झालेला असावा.

पण गृहस्थ रात्री तसाच हिंडत होता. कशाला? विक्षिप्त लोक असतात, एकाकी असतात. पण हे वागणं मवाल्यासारखं झालं. टिळेकर मवाल्यांपैकी खासच नाही. मग हा प्रकार आहे काय?

शेवटी मी धीर करून बोललोच – बंद दाराजवळ जाऊन हाक दिली.

"टिळेकर –"

हलक्या आवाजात उत्तर आले, "अं?"

"मी – काय चाललंय?"

हसणं, पण मुद्दाम काढलेलं.

"काही नाही."

मला भलताच धीर आला. वाटलं, आपलं कर्तव्य केलंच पाहिजे. खरं प्रकरण काय आहे, याचा तपासही लावला पाहिजे.

"येऊ का पाच मिनिटं?"

लगेच उत्तर आलं नाही. मला वाटलं, आता काही तरी सबब हा गृहस्थ सांगणार. मला येऊ देणार नाही. हो, कुणाला आवडेल? अपमान झालाच आहे; साहजिकच कुणी भेटू-बोलू नये वाटणार.

"या की –"

मी चट्‌कन उठून सदरा अंगात घातला. खोलीला कुलूप लावलं. गॅलरीतून चालत, खोल्या ओलांडत दहाव्या खोलीपर्यंत जायचं, उजवीकडं वळायचं आणि पुढच्या बाजूच्या पुन्हा दहा खोल्या ओलांडून टिळेकरांच्या खोलीपर्यंत पोहोचायचे.

मधलं दार उघडं असतं तर...! पण नाही.

चाळ विलक्षणच. गॅलरीतून सामान, खोकी, कोळशाची पोती, खुर्च्या, गुजरात्याची म्हातारी मध्येच टुकूटुकू बघत फतकल मारून बसलेली. एक काळं उफाड्याचं कारटं, सोट वाढलेलं; पण नुसती चतकोर चड्डी लावून कठड्याला टेकून उभं.

दारं उघडी टाकून जेवणारी माणसं – भात आणि माशाचं कालवण खाणारी. पोपटाचा पिंजरा, तुळस... आणि नाना वास, चांगले-वाईट. घामाचे, लघवीचे, अन्नाचे, सांडपाण्याचे. त्यात खाली एक खानावळ, एक हॉटेल, एक लाँड्री, एक दुधाचं दुकान, एक सलून – या सगळ्यांचे वास आणि आवाज वरपर्यंत यायचे. सात नंबरच्या खोलीत राहणारी फार बुटकी, फार कुरूप आणि लाघवी अशी एक चकण्या डोळ्यांची बाई. ती उगीचच हसते. तिचं किळसं पोर गॅलरीतून सदा नागडं पळतं. धोतर नेसून उघडे हिंडणारे आठ नंबरमधले एक लठ्ठ डॉक्टर. डॉक्टर कसले, वैदू; पण प्रॅक्टिस जोरात. कारण ह्यांना म्हणे, गुप्त रोगावरचा दवा माहीत आहे. त्यांना मुलं फार. नऊ.

औषधांचे वास.

ओली, चिकट काळी फरशी.

सगळी संकटं पार करून मी टिळेकरांच्या खोलीपाशी पोचलो.

दार बंदच होतं.

मी हलक्या आवाजात म्हणालो, "मी आलोय, टिळेकर. दार उघडता ना?"

"हो. एक मिनिट हं."

पाच मिनिटांनी दार उघडलं.

टिळेकरांनी पूर्ण पोषाख केला होता.

"बसा – बसा."

मी चटईवर बसलो.

विषय बोलायला अवघड होता. मला फार अवघडल्यासारखं झालं. बरणीत ठेवलेल्या माशांप्रमाणे आम्ही दोघे एकमेकांकडे बघत राहिलो.

शेवटी टिळेकरच म्हणाले, "बरं झालं आलात. कालची गडबड तुमच्या कानांवर आली वाटतं?"

"हो, आली. म्हणूनच म्हटलं, भेटून यावं."

"ह्या चाळीतली पोरं गुंड आहेत."

"हो, पण – माफ करा. स्पष्टच विचारतो. म्हणतात ते खरं का?"

"काय?"

"तुम्ही म्हणे, रात्री बारा-एकच्या सुमाराला तसेच हिंडताना दिसलात."

टिळेकर एकदम रागावले.

"म्हणजे काही मजा मारत हिंडत नव्हतो मी. रात्रपाळीहून आलो होतो दमून. तुम्हाला माहीत आहेच. नळ, बाथरूम वगैरे तिकडं तुमच्या बाजूला आहे. तिकडं मी गेलो होतो."

"हो... पण, अंगावर काही तरी असावं...."

"अहो, होतं. माझा शर्ट चांगला लांब आहे. रात्री एक-दीडला उठून मी जाऊन आलो, तर काय हो बिघडलं कुणाचं?

"तो डॉक्टर लेकाचा, लंगोट लावून अंघोळ करतो नळावर; त्याला नाही कोणी मारत? आणि रात्री जिन्यावरून येताना एकदम मी बॅटरी वापरली, तर एका पोरानं मला दरडावून सांगितलं, 'हां टिळेकर – उशिरा आल्यावर जिन्यात बॅटरी नाही लावायची. पुन्हा लावाल, तर याद राखा.' का माहीत आहे का? चक्क प्रकार चाललेले असतात तिथं – सांगतात कुणाला हे?"

"हो, पण टिळेकर, आपण तरी तसंच का जायचं बाथरूमला?"

माझ्याकडं रोखून पाहत टिळेकर थोडा वेळ गप्प बसले. मग म्हणाले, "तुम्हाला खरं सांगू का?"

"हो, तेच जाणून घ्यायचं आहे मला."

"माझ्यापाशी आत घालायला काही नाही. चड्ड्या विकत घेण्याची माझी तूर्त ऐपत नाही. चार महिने झाले, मला काम नाही. ही एक पँट आणि हा एक शर्ट आहे. रात्री सगळं घालून जाण्याचा कंटाळा केला, तर पोरांनी मला मारलं. बघा वळ उठलेत. सगळ्या चाळीत बोंब झाली की, टिळेकर बदमाश, अश्लील माणूस आहे. नग्न हिंडतो."

माझा टिळेकरांवर विश्वास बसला. अक्षरन् अक्षर खरं वाटलं.

"टिळेकर, हे भयानक आहे!"

"काय?"

"तुम्हाला अंडरपँटसुद्धा नसाव्यात, हे."

"पुष्कळांना नसतील; माझंच काय घेऊन बसलात? दुर्दैव एवढंच की, ह्या भिकार चाळीत मी राहतोय. इथली कार्टी बदमाश आहेत. त्यांना संडासात भङ्ग्या लावताना लाज वाटत नाही, पण माझ्यासारखा रात्री गुपचूप उठून बाथरूमकडे गेला, तर तो गुन्हा वाटतो. जैन साधू होऊन आलो, तर हेच लोक पायाचं तीर्थ घेतील माझ्या. मला मात्र मारतात – आज सगळं अंग दुखतंय माझं...."

मला फार काळजी वाटली.

"पण रात्रपाळीला तुम्ही कुठं-कुठं जात राहणारच."

"हो."

"मग काही तरी करा बुवा. माणसानं शहाणं व्हावं."

"अहो, पण ह्यात माझी काहीही चूक नाही –"

"मान्य आहे, पण समाजात राहायचं म्हणजे सगळं पाळलं पाहिजे."

यावर रोखून माझ्याकडे बघत टिळेकर म्हणाले, "मी समाजात राहत नाही."

यावर दोन मिनिटं दोघेही गप्प होतो.

मग मी म्हणालो, "मला कळलं नाही?"

"हा समाज कसला? ह्याला तुम्ही सोसायटी म्हणता का?"

मी होकारार्थी मान हलवली.

टिळेकर फार निराश दिसले. त्यांनी खाली बघून दुसरा सुस्कारा सोडला. म्हणाले, "तुम्हाला काही कळत नाही."

"रागावू नका, टिळेकर. मला फक्त एवढंच म्हणायचं आहे की, असा प्रसंग पुन्हा यायला नको –"

"मग काय करू?"

"तुमची काही हरकत नसली तर तूर्त मी तुम्हाला दोन चड्ड्या शिवून आणून देतो –"

एकदम आवाज चढवून टिळेकर म्हणाले, "माफ करा, मी कुणाचे उपकार कधी घेत नाही. मला सहानुभूतीचा विषय व्हायचं नाही."

"पण टिळेकर, अशा पद्धतीनं चालणार नाही."

"हो, मला माहीत आहे. चाललं नाही तरी हरकत नाही."

यावर काय बोलणार? मी आपला उठून निघून आलो.

बरीच वर्षं झाली. त्यानंतर मी लवकरच मुंबई सोडली. आता टिळेकर कुठं असतात, याचा पत्ता नाही. त्यांना सुस्थिती आली असावी आणि अजून ते समाजात असावेत, असं आपलं मला वाटतं. एरवी, त्यांचं हल्लीच्या परिस्थितीत कठीणच.

डोहातील सावल्या

सन एकोणीसशे चौतीस.

डॉक्टर दिसायला चांगले होते. त्यांच्या बोलण्यात जिव्हाळा होता, सांगण्यात ठामपणा होता. इंग्रजी चित्रपटातील नायकासारखे ते विनूला वाटले.

समोरच्या पांढऱ्या स्वच्छ पॅडवर पेन्सिलने रेघा ओढीत ते म्हणाले, "तुम्ही आता बरे आहात. कुठं काम करता?"

"मी बेकरीत असतो नोकरीला, विक्रेता म्हणून."

"आय सी! तुमचं मूळ गाव कोणतं?"

"म्हणजे माझा जन्म झाला ते? खेडेगाव आहे लहानसं, सोलापूर जिल्ह्यात."

"तिथं जाऊन महिना-दोन महिने राहिलात, तर पहिल्यासारखे खडखडीत व्हाल."

यावर विनायकने मान हलवली. म्हटले, "होय?"

"हो, माझी खात्री आहे!"

गेली वीस वर्षे विनायक बाहेरच होता. आपल्या गावी गेला नव्हता. तिथे आता काही नव्हते. रानात जमीन नव्हती, गावात घर नव्हते. जवळच्या आप्तांपैकीही कोणी नव्हते. अशा आपल्या गावी जाऊन राहणार कुठे? कोण काळजी घेणार आपल्या खाण्यापिण्याची? कोण मायेने चौकशी करणार?

विनायक गप्प बसून राहिला.

डॉक्टरनी पॅडवरचा कागद फाडला आणि चोळामोळा करून टेबलाखालच्या टोपलीत टाकून दिला. ते म्हणाले, "बघा, शक्य असेल तर जा."

हे शब्द त्यांनी अशा पद्धतीने उच्चारले की; आता उठले पाहिजे, जास्ती वेळ बसून काही उपयोग नाही, हे विनायकच्या लक्षात आले. तो उठला. नमस्कार करून बाहेर पडला. बाहेर किती तरी आजारी लोक वाट बघत बसले होते. विनायकला अगदी ओशाळल्यासारखे वाटले. औषधांच्या वासाने आणि कष्टी लोकांच्या श्वासाने भरलेल्या त्या खोलीतून बाहेर पडून तो रस्त्यावर आला; तेव्हा त्याला बरे, मोकळे वाटू लागले.

'म्हणजे आता आपण आजारी नाही.'

तिसऱ्या दिवशी तो रेल्वेत होता. बराच प्रवास झाला होता आणि आता वासूद

स्टेशन जवळ येत होते.

विनायक डोळे मिटून बसला होता. गाडीच्या वेगाबरोबर हलत-डुलत होता. त्याला काहीबाही आठवत होते.

पाऊस पडल्यानंतरचा झोंबरा गारठा, अरुंद गल्ल्यांच्या रस्त्यांवरून वाहणारे गढूळ पाणी, भिजलेल्या वैरणीचा वास आठवत होता. घराच्या अंगणात उगवणारे पोपटी गवत आठवत होते, आंब्याच्या कोयीतून उठलेला जांभळट लाल कोंब आठवत होता.

गावाच्या एका बाजूला नदी आणि तिन्ही बाजूंना पिकाऊ राने होती. कापसाच्या पिकातून हिंडताना होल्याचे करुण घुमणे सारखे ऐकू यायचे.

गाव गरीब होते, परिस्थितीने आणि स्वभावानेही. बहुतेक लोक शेतकरी होते, काही शेतमजूर होते. भल्या पहाटे चांदणी उगवल्यावर उठून शेतात जायचे आणि दिवस मावळल्यावर घरी परत यायचे. तरुण पोरे देवळापुढे सूरपाट्या खेळायची, चांदण्यात लेझमाचा डाव रंगायचा.

गावापासून दहा मैलांवर भले मोठे कुरण होते. बोरी, नेपती, बाभळी, निवडुंग यांनी भरलेल्या या कुरणात वर्षातून एकदा उभं गावच्या गाव शिकारीला जायचं. कुत्री, कुऱ्हाडी घेतलेले माणसांचे घोळके रान दणाणून टाकीत.

कुरणात आलेल्या ओढ्यात बसून मग बांधून नेलेल्या भाकऱ्या खायच्या. सोललेले ससे काठ्यांना बांधून, थकून-भागून रात्री गावात यायचे!

नागपंचमीला गावातल्या पोरी फेर धरून गाणी गात –

काय बाई, पुण्याची तारीफ,
लवंगा निघाल्या बारीक....

(पुण्यातल्या लवंगा बारीक का बरे?)

मजा होती. आता कोण असेल गावात? आपण वेड्यासारखे निघालो खरे, पण राहणार कुणाच्या घरी? महिनाभर वेळ कसा घालवणार?

स्टेशनवर गाडी थांबली. विनायक खाली आला. काही विशेष फरक पडलेला नव्हता. फलाटावर तशीच घाण होती. गुलमोहराची, कडुलिंबाची झाडे होती. पाण्याचा नळ होता. भटकी कुत्री होती. पोर्टरच्या शेळ्या, कोंबड्या होत्या. कधीही भरभराटीला न येणारा चहाचा स्टॉल होता. सगळ्याच रेल्वे स्टेशनना येतो, तो वास होता. डांबराचा, संडासाचा, लोखंडाचा आणि धुराचा. इथून गाव साडेचार मैल होते. पूर्वी कित्येकदा पाठीवर पिशवी टाकून हे अंतर विनायकने तोडले होते. पण आता चालत जाण्याची इच्छा नव्हती, तेवढे बळही नव्हते.

स्टेशनाबाहेरच्या पटांगणात उभा राहून तो बघू लागला. साडेचार-पावणेपाच

वाजले होते. गावात कसे पोहोचायचे, ह्या विचारात तो असतानाच कोणी छकडेवाला पाठीवर चाबूक टाकून पुढे आला –

"राम, राम! कुणीकडं जायचं?"

"इथं, तडवळ्याला."

"एकच सवारी ना? चला की. कुणाकडं जायचं तळवड्याला?"

विनायकला काही उत्तर सुचले नाही. त्याचा गोंधळलेला चेहरा बघून छकडेवाला म्हणाला, "सरकारी कामाला आला काय?"

"नाही, असाच. काय घेणार?"

"अडीच रुपयं द्या."

"चालेल. चला."

गाडीवाटेने छकडा धीरे-धीरे निघाला. दोन्ही बाजूंनी पिकांनी भरलेली राने होती. छकडा उघडाच होता. भणाभणा वारा लागत होता.

स्वच्छ आभाळातून पारव्यांचा एक थवा सणसणत गेला.

छकडेवाला गीत गुणगुणू लागला.

डाव्या बाजूला पडीक रानात एका डेरेदार बाभळीखाली शेरडांचा थवा जमला होता. तांबडेभडक मुंडासे घातलेला, काळाभोर पोरगा कुऱ्हाडीने बाभळ सवाळत होता.

पुढे दूरवर तळ्याचे पाणी भिंगासारखे लखलखत होते

विनायकचे मन उल्हसित झाले.

त्याने छकडेवाल्याला विचारले, "बाबा देशपांड्यांपैकी कुणी गावात आहे का हल्ली?"

तंबाखू खाऊन कमावलेल्या आवाजात छकडेवाला म्हणाला, "हायेत की! पेणसल घेऊन बाबाच आता गावात ऱ्हायल्यात. पोरं मुंबई-सोलापूरला कमवित्यात बक्कळ. शिमीट कांक्रेटचं घर बांधलंय गावात, वर मंगळुरी कौलं घातलीत, शेतकी हाय जोरात. बरं हाय म्हनाना त्यांचं!"

विनूला हायसे वाटले.

गावात आप्ताची म्हणून इनमीन सहा घरे होती. त्यांचीही पडझड झालेली. नोकरी-धंद्यापायी सगळे कुठे-कुठे पांगलेले. बाबा गावात होते, हे बरेच झाले. चुलत चुलते लागत होते. गोऱ्यापान आनंदीकाकूंचे आणि विनायकच्या आईचे फार सख्य होते. काकू फार मायाळू होत्या. पूर्वी पुष्कळ करायच्या. आत्ता गेलो, तर ह्या घरी स्वागत खचितच होईल.

काही न कळवता आपण असे कसे इकडे आलो, याचे विनूला आता आश्चर्य वाटले. समजा, इथे कोणी नसते तर? कोणी आपल्याला ये म्हटले असते?

भाऊबंदांच्या घरांपैकी काही असतील जाग्यावर, त्यांपैकी एखाद्याने ओळख दाखवून दोन दिवस ठेवून घेतले असते; पण पुढे?

चार दिवस राहून परत जावे लागले असते. हा अविचारच झाला होता. बरेय, बाबा, आनंदीकाकू इथे आहेत.

गावातील झाडी दिसू लागली, तशी छातीत धडधड सुरू झाली आणि उदासही वाटले. हे आपले जन्मगाव. बालपणीची दहा-अकरा वर्षे आपण इथे काढली. तेव्हा वडील होते, आई होती, बहीण होती....

छकडेवाल्याने विचारले, "देशपांड्यांच्या घराकडंच घेऊ?"

"हो."

छकडा घराकडे येताना बाबांनी खिडकीतून पाहिला असावा. आपल्याच घरापुढे तो थांबताच ते बाहेर आले. विनायकला ते फार म्हातारे दिसले. नमस्कार करणाऱ्या विनायकला न ओळखताच म्हणाले, "या!"

सामान उतरवून छकडेवाल्याला पैसे देताच विनूनं विचारलं, "काका, मला ओळखलंत का?"

काका म्हणाले, "हो, हो."

पण त्यांनी ओळखले असावे, असे विनूला वाटले नाही. त्यांच्या तोंडावर ओळख नव्हती.

"मी विनायक – अंबूवहिनीचा मुलगा."

काकांच्या डोळ्यांवर जाड चाळिशी होती. तिच्यातून त्यांनी नीट निरखून पाहिले आणि उंच आवाजात म्हटले, "विनायक का? अरे! तू चांगला बापई झालास की!" विनायकला तिथेच सोडून ते लगबगीने घरात गेले.

"अगं, आपल्या अंबूवहिनीचा विनायक आलाय. बघ बघू ओळखतोय का तुला?"

लखलखीत चेहऱ्याच्या, अंगाने भरलेल्या अशा आनंदीकाकू विनायकच्या आठवणीत होत्या. पण आता त्या काळवंडलेल्या, सुकलेल्या दिसल्या. केस पांढरे झाले होते. पण त्यांचे ठसठशीत रूप मात्र तस्सेच होते.

काकू पुढे आल्या, तेव्हा विनायकनं खाली वाकून नमस्कार केला.

"आयुष्याचा हो." म्हणून काकूंनी डोळ्यांना पदर लावला. काही क्षण त्यांना बोलणे सुधारले नाही.

इतक्या वर्षांनीसुद्धा माणसांची अंतःकरणे तशीच राहिली होती. ह्या आडवळणी गावात, एकाकी उतार-आयुष्य काढणाऱ्या त्या जोडप्याला आपल्याकडे कोणी आप्तांपैकी आले याचेच किती वाटले!

चौकटीत उभ्या राहून गहिवरल्या आवाजात काकूंनी विचारले, "कुठं असतोस

बाबा आता?''

''पुण्याला.''

''बरं चाललंय?''

''हो.''

''लग्न, मुलं-बाळं?''

''काही नाही अजून!''

काका मध्येच म्हणाले, ''अरे विनायक, तू वाढला आहेस छान बापासारखा. पण तोंडावर पांढरटपणा का रे? गाल असे बसलेले का?''

''मला बरं नव्हतं, काका. दोन-तीन महिने हवा पालटायला म्हणूनच आलो इकडं. डॉक्टर म्हणाले, जन्मगावची हवा चांगली मानवते. मलाही पुष्कळ दिवस गावाला यावं, असं वाटत होतं. पण बरं झालं, तुम्ही आहात इथं. मी आपला अडाण्यासारखा न कळवता-सवरताच आलो!''

काकू म्हणाल्या, ''बरं झालं आलास ते. मग आता चहा नाही करत. दूध आहे गाईचं छान, ते देते तापवून. चांगलं असतं प्रकृतीला.''

संध्याकाळ झाली. घरात कंदील लागले. बाहेर लख्ख चांदणे पडले. कसे शांत होते सारे. आभाळाकडे बघता येत होते. विनायक किती तरी वेळ चांदण्यात उभा राहिला. घराघरांतून स्वयंपाक चालले होते. धुराचा आणि फोडणीचा वास वाऱ्याबरोबर विनायकपर्यंत येत होता. त्याला भूक लागली.

काकांनी घर सुरेख बांधले होते. साधेच पण हवेशीर, उजेडाचे, नीटनेटके.

रात्री ज्वारीची भाकरी, तूप आणि पिठले खाताना काका म्हणाले, ''तुम्हाला शहराची सवय. इथं सगळं साधं. चुकल्यासारखं वाटत असेल!''

''नाही, नाही. छान आहे सगळं.''

''भरपूर जेवत-खात जा. मोकळ्या हवेतून हिंडत जा. टणटणीत होशील बघ. दुसरं काही नसलं तरी हवा, पाणी आणि अन्न उत्तम आहे इथलं. उत्तम आणि मुबलक.''

जेवण झाल्यावर काका म्हणाले, ''चल, पाहिजे तर देवळाकडं जाऊ, पाय मोकळे करायला. का, अंगणात बसतोस खुर्ची टाकून?''

''बसू या की.''

काकांनी भलीमोठी सतरंजी अंगणात अंथरली. विनायकला आरामखुर्ची दिली. काकांच्या बैठकीला बसणारे पाच-सात गावकरीही हळूहळू जमले. गप्पा रंगल्या. विनायकने पुण्याची बरीच माहिती सांगितली आणि सर्वांनाच वाटले की, शहर-गावच्या मानाने आपण गरीब आहोत. काकांनीही बोलून दाखवले – गाव फार आडवळणी आहे. जवळपास कोठे शहर नाही. व्यापारपेठ नाही. मोठा रस्ता नाही.

गावात वीज नाही, नळाचं पाणी नाही, दवाखाना नाही, पोस्ट-ऑफिस नाही. रोख पैसा हातात खेळत नाही.

एकूण, शहराच्या मानाने आपण करंटेच आहोत.

काकांना वाटले तसे आपल्या ह्या गावाच्या स्थितीबद्दल विनायकला वाईट वाटले नाही. गैरसोयींबद्दल विषाद वाटला नाही. आपली प्रकृती सुधारावी म्हणून तो इकडे महिना-पंधरा दिवसांसाठी आला होता. कुणाची दु:खे त्याला ऐकून घ्यायची नव्हती, पण लोक बोलत राहिले. त्यांचे कुणाचेच चेहरे विनायकला ओळखीचे वाटले नाहीत. या लोकांच्या बोलण्यात समाधान नव्हते. दिसायलाही ते गांजलेले, असुखी दिसत होते. पण विनायकला त्याचे काही वाटले नाही. नामा रामोश्याची तीन लहान मुले एकापाठोपाठ अशी उपासमारीने मेली, हे ऐकून त्याला काही वाटले नाही. जगू पावटे हा विहीर खोदण्याचा व्यवसाय करणारा ताडमाड माणूस डोक्यात सुरुंगाचा धोंडा पडून ठार झाला, त्याचे त्याला विशेष वाटले नाही. शामराव देशपांड्याचा मुलगा हरी, पुण्याला पोलिसांत लागला होता. नाही, त्याची आणि विनायकची गाठभेट झाली नव्हती. पुणे हे फार मोठे गाव होते. गावकऱ्यांपैकी कोणी तरी त्याला ज्ञानू न्हाव्याबद्दल विचारले. होय, गावच्या शाळेत ते एकत्र शिकले होते. ज्ञानूला म्हणे कसला तरी वाईट आजार झाला आणि त्याला कंटाळून त्याने झाडाला टांगून घेतले.

हे सगळे ऐकायला नको वाटत होते. असलेच जर रोज ऐकायला मिळणार असेल, तर आपण शक्य तेवढ्या लवकर पुण्याला गेलेले बरे, असे विनायकला वाटले.

रात्रीचे दहा वाजले, तशी विनायकला जांभई आली. मग काका म्हणाले, ''तू झोप जा रे. दमला आहेस प्रवासानं!''

कोंबडे उंच आवाजात ओरडू लागले, तेव्हा विनायकला जाग आली. पहाटेच्या अंधूक प्रकाशात आढ्याकडे पाहत पडला असताना त्याला फार एकाकी वाटले. आत्ताच्या आत्ता उठावे आणि थेट पुण्याला जावे, असे वाटले. आनंदीकाकू अंथरुणावर बसून भूपाळ्या म्हणत होत्या; त्या जाग्या नसत्या, तर आपण गेलोच असतो.

पांघरूण तोंडावर घेऊन तो गप्प पडून राहिला.

त्याला झोप लागली, जाग आली आणि पुन्हा झोप लागली. गळफास घेतलेला ज्ञानू त्याला स्वप्नात दिसला.

''जाग झालास का रे, विनायक? चहा झालाय, बघ.'' ह्या काकांच्या शब्दांनी त्याला जाग आली.

स्वयंपाकघरात कोवळी उन्हे आली होती. पाटावर बसून चहा पिताना तिघांचे

बोलणे झाले. काकांनी शेतीबद्दल माहिती पुरवली. वीस एकरांपैकी दहा एकरांना पाणी मिळत होते. माळाला असलेल्या जमिनीत शेंग चांगली होत होती. बागाईतात ऊस, गहू, मका होत होता. मिरची होत होती. आता श्रावणमास असल्यामुळे रानात मकेचा हुरडा होता.

"चल, चार कणसं भाजू तिथंच!"

कपडे करून विनायक मळ्यात गेला. सकाळ मोठी सुरेख गेली. हुरड्याने तोंडाला चव आली. पोट भरले.

काकांना तो म्हणाला, "तुम्ही हवं तर जा पुढं; मी येईन सावकाश."

नदीच्या काठाकाठाने विनायक हिंडला. थंडगार वारा झाडाझुडपांतून आवाज करीत होता. डहाळ्या एकमेकींत कुजबुजत होत्या. श्रावणातले सावळे ढग आड आले आणि सूर्य झाकून गेला, ढग वाऱ्याने हलवले आणि पुन्हा ऊन पडले. झाडांच्या सावल्या डोहातील निळ्या पाण्यावर पडल्या.

सकाळी उठून भटकण्याचा नादच लागला. गुरे पाण्यावर घेऊन कोणी शेतकरी आला की, विनायक हसून त्याच्याशी बोले. कोणी गाडीवान भेटला की, गाडीमागोमाग चार पावले चालून त्याची विचारपूस करी. मासे पकडणारा भोई भेटला की, त्याला विचारी – काही मिळाले का, का नदीनेही श्रावण पाळला आहे?

हळूहळू गावातील बऱ्याच रहिवाशांशी त्याची ओळख झाली. कमळीशीही झाली.

धुणे धुवायला म्हणून ती नदीवर आली होती. बरोबर लहान सात वर्षांचा भाऊ होता. विनायक जवळ जाऊन बोलू लागला तेव्हा ती लाज-लाज लाजली. हो-नाही पलीकडे बोललीच नाही.

पुढे नदीकिनारी गावातून जाता-येता वाटेवर, कोपऱ्यावर, काकूंच्या घरी विरजण मागायला आल्यावर अशी विनायकची आणि तिची पुन:पुन्हा गाठ पडली, दृष्टभेट झाली. हसणे, लाजणे आणि मग एकवार ती बोलली, "तुमची प्रकृती आता छान सुधारली आहे."

विनायक यावर बराच हसला.

"हसता का?"

"मला वाटलं होतं – राग नका येऊ देऊ हं –"

"नाही, सांगा!"

"की, तुम्हाला अजून बोलताच येत नाही!"

"इश्श! मी काय दीड वर्षाचं मूल आहे?"

असं म्हणून तीही तोंडाला पदर लावून हसली आणि गंभीर होऊन म्हणाली, "परपुरुषाशी तोंड वर करून बोलणं बरं नाही दिसत मुलीच्या जातीला!"

तिचे गाल छान गुलाबी होते आणि दात ओळीत नसूनसुद्धा छान होते आणि ती हसल्यावर फार छान दिसत होती. अगदी ठेवणीतले असे तिचे ते हसणे होते. एवढी देखणी मुलगी ह्या गावंढळ गावात असेल, असे विनायकला वाटले नव्हते.

"प्रकृती सुधारली; आता जाल परत शहरगावी!"

"काही घाई नाही मला...."

"मला शहरगावी राहणं फार आवडतं."

"हो? मला हेच गाव जास्ती आवडलं."

"मग राहा इथंच."

"आणि?"

यावर ती केवळ छान हसली. (नुसतं छान दिसायचं आणि छान हसायचं!)

"आता केव्हा भेटणार?"

"नेहमी-नेहमी तसं बरं नाही. लगेच लोक बोलायला लागतील! हे काही शहरगाव नाही."

गावातील लोकांनी त्या दोघांना कुठे-कुठे बोलताना पाहिले आणि बोलवा उठली की, भाऊमास्तरांच्या कमळीचे विनायकशी लग्न ठरले आहे. ती पुण्याला जाणार आहे. कमळीनेच हे एके दिवशी विनायकला सांगितले आणि त्यावर तो म्हणाला, "काय खोटं आहे?"

भाऊमास्तरांना ही एकुलती एकच मुलगी होती. त्यांनी आता ह्या गावी जमीन घेतली होती. घर बांधायचाही त्यांचा विचार होता. विनायकनेही आत्तापर्यंत थोडी पुंजी पोस्टात साठवली होती. भाऊमास्तर मुलीसाठी हुंडा द्यायलाही तयार होते.

आपण इथे पिठाची गिरणी काढू, एक लहानसे दुकान चालवू, शेती करू, कौलारू घर बांधू, सुखी होऊ... काय अवघड आहे?

हा विचार पक्का होऊ घातला आणि पुण्याहून मित्राचे पत्र आले. त्यात चौकशी केली होती. पुण्याच्या घडामोडी लिहिल्या होत्या. केव्हा येणार म्हणून विचारले होते.

पत्राकडे पाहत विनायक अंगणात उभा राहिला. पुण्याला परत जाण्याची तीव्र इच्छा त्याला झाली. बेकरीतला खमंग, गोड वास आला. गिऱ्हाइकांची गर्दी दिसली. वाहते रस्ते दिसले, सुवसना तरुणी दिसल्या... सिनेमा, हॉटेले... लाँड्री... मला गेलंच पाहिजे!

पण कमळीला काय सांगणार?

ती बापडी किती आनंदात होती... केवढ्या आशा तिने मनात रचल्या होत्या.

पण मी जाणार; जायलाच पाहिजे.

मी लग्न करू शकणार नाही.

मी इथं राहणार नाही.

कमळीची गाठ पडल्यावर हे सांगायचा त्यानं पुन:पुन्हा प्रयत्न केला.

माझं तुझ्यावर तितके प्रेम नाही, आपण दोघे एकमेकांना अनुरूप नाही. झाले ते सारे चुकीने झाले. ही चूक लवकर लक्षात आली. आता सुधारू, असे त्याला एकवार धीर करून भडाभडा बोलायचे होते, पण ते घडेच ना. शेवटी एके दिवशी धीर केला; पण बोलण्याअगोदर कमळीनेच डोळे पाण्याने भरून त्याला विचारले, ''कधी आपण लग्न करायचं? भाऊंना कधी सांगायचं?''

तेव्हा विनायक म्हणाला, ''सांगू लवकरच.''

– आणि ती छान हसली.

दुसरे-दुसरेच बोलणे झाले. ती गेली, हा परत फिरला.

छे, मी इथे राहणार नाही. हे अस्वच्छ, गावंढळ गाव... दरिद्री लोक, चिखल, गाईगुरे, शेण... सगळ्यांचा त्याला तिटकारा आला.

मग धीर करून त्यानं कमळीला सांगून टाकले, ''मला पुण्याहून पत्र आलं आहे!''

''कशाबद्दल?''

''बोलावलं आहे तिकडं!''

''लगेच?''

तिच्या चेहऱ्याकडे पाहत तो उभा राहिला. जास्ती कसे सांगावे, याचा विचार करत राहिला आणि तिच्या चाणाक्ष स्त्रीमनाने जाणले की, लग्नाआधीच त्याला पुण्याला जायचे आहे.

तिने पुन्हा विचारले, ''लगेच गेलं पाहिजे का?''

''हो. जाईन आणि तिथली सगळी आवरा-आवर करून पंधरा दिवसांनी परत येईन इकडं!''

कमळीचे डोळे पुन्हा डबडबले, ओठ थरथरू लागले. गोरापान चेहरा तांबूस झाला.

''केव्हा जाणार?''

''आजच. तीनच्या गाडीने. बॅग पुढं पाठवून दिली आहे एका गड्याबरोबर. मी लगेच निघणार आता.''

कमळी स्तब्ध झाली. कातर आवाजात तिनं विचारलं, ''परत नाही नं येणार?''

''छे, येणार नं – नक्की!''

''खरं सांगा. मला वाट बघायला लावू नका जन्मभर. सांगून टाका की, मी परत येणार नाही!''

''पण असं का मनात आलं तुझ्या? एवढा विश्वास नाही का माझ्यावर?'' असे

म्हणून तो गप्प राहिला.

कमळी वर बघत नव्हती. तोंड दाबून ती खालीच बघत होती. तिचे सारे शरीर कापत होते.

"जाऊ का मी?"

ती काही बोलली नाही.

"जातो. माझी गाडी चुकेल. हं? नक्की येईन माघारी, बघ तरी!"

तिला तशीच सोडून तो भराभर स्टेशनच्या वाटेला लागला. आपण खोटे सांगत नाही, असे त्याने आपल्याच मनाला बजावले. बेकरीत नोकरी करण्यापेक्षा इथे लहानसा धंदा, शेती करणे किती सुखाचे होते. कमळी किती गुणाची होती.

चालता-चालता थांबून त्याने मागे पाहिले. उभी होती त्या जागी कमळी आता दिसत नव्हती. पण आता अगदी उशीर केला, तर गाडी चुकली असती.

मागे न पाहता तो भराभर चालू लागला.

रेल्वे.

बस.

बेकरी.

पुण्यात येताच विनायकला घरी आल्यासारखे वाटले. मातीच्या वासापेक्षा बेकरीतला वास त्याला आपला वाटला. तिथल्या त्या शांततेपेक्षा इथली गर्दी, गोंगाट खरा वाटला.

दिवस जाऊ लागले.

लवकरच खटपट करून विनायकने स्वतःची एक लहानशी बेकरी मेन स्ट्रीटला सुरू केली.

लग्न केले.

त्याला मुले-मुली झाल्या.

बेकरीचा धंदा वाढला. फायदा झाला आणि तोटाही झाला. पैसे आले, गेलेही.

विनायक म्हातारा झाला.

त्याची बायको मरून गेली.

धंदापाणी मुले पाहू लागली.

आपले आता फार दिवस राहिले नाहीत, असे जेव्हा माणसाला कळून चुकते; त्या वयाचा विनायक झाला. आता सगळे झाले होते. मुली चांगल्या ठिकाणी पडल्या होत्या. मुलांची लग्ने झाली होती.

सन एकोणीसशे सदुसष्ट

विनायकबाबांना फार एकटे-एकटे वाटू लागले. विशेषत: संध्याकाळी सगळे घर खायला उठू लागले आणि तशा कातर वेळी कमळीचे डोळे दिसू लागले. बायकोची, मुलाबाळांची आठवण मनातून निथळून गेली आणि ही एकच आठवण मन व्यापून राहिली. कमळीला पाहावे, भेटावे अशी विलक्षण तीव्र, खरी आत्ता आत्ता अशी इच्छा झाली.

तीही आता म्हातारी झाली असेल, तिचे लग्न झाले असेल; कदाचित ती मरून मोकळीही झाली असेल!

असेल! पण मला माझ्या जन्मगावी जायचे आहे. माझी माती तिथे पडली पाहिजे!

माणसाच्या मनात शांत, स्थिर, खास त्याचे असे एक जग असते. स्वत:पलीकडे कुणाला माहीत नसलेले. विनायकचे हे जग म्हणजे केवळ कमळीच्या आठवणींचे होते. मेन स्ट्रीट आणि बेकरी, तिच्याभोवतालचे सगळे याचा संपूर्ण विसर पडून त्याला नदीचा शांत डोह आणि त्यात पडलेल्या झाडांच्या सावल्या दिसायच्या. झुळझुळ पाणी ऐकू यायचे.

■

www.ingramcontent.com/pod-product-compliance
Lightning Source LLC
Chambersburg PA
CBHW070607180626
46817CB00005B/2038
* 9 7 8 8 1 8 4 9 8 3 7 1 5 *